भारतात वेळोवेळी जन्म घेऊन अनेक विचारवंतांनी सत्यशोधक वैदिक ऋषींची पंरपरा सातत्याने कायम ठेवली आहे. स्वामी विवेकानंद सध्याच्या काळात याच पंरपरेचे प्रतिनिधी होते. ते ब्रह्मचर्य, दया, करूणा इ. उदात्त गुणांचे मूर्तिमंत स्वरूप होते. त्यांच्यासाठी सर्व प्राणीमात्र परमेश्वराचा अंश होते. त्यांची तर्कशक्ती अद्वितीय होती. शिकागो येथील विश्व धर्म संमेलनात त्यांच्या व्यक्तिमत्त्वाने अवघे विश्व मंत्रमुग्ध झाले होते. त्यानंतर पाश्चात्य जगात अनेक ठिकाणी त्यांनी व्याख्याने दिली. त्यामुळे भारतीय वेदांचे वास्तविक स्वरूप जगासमोर आले आणि अनेक अमेरिकन तसेच युरोपिय त्यांचे शिष्य झाले.

स्वामी विवेकानंद एका बाजूला सर्व धर्म समभावाचे प्रतिक होते, तर दुसरीकडे त्यांना आपण हिंदू असल्याचा अभिमानही होता.

भारतातील अमर तत्त्वज्ञ

स्वामी
विवेकानंद

डॉ. भवानसिंग राणा

ड़ायमंड बुक्स

© प्रकाशकाधीन

प्रकाशक : डायमंड पॉकेट बुक्स (प्रा.) लि.
X -30, ओखला इंडस्ट्रियल एरिया, फेज-II
नई दिल्ली-110020

फोन : 011-40712200

ई-मेल : wecare@diamondbooks.in

वेबसाइट : www.diamondbooks.in

संस्करण : 2024

स्वामी विवेकानंद **(Marathi)**
by: डॉ. भवानसिंग राणा

मनोगत

भारतात वेळोवेळी जन्म घेऊन अनेक विचारवंतांनी सत्यशोधक वैदिक ऋषींची पंरपरा सातत्याने कायम ठेवली आहे. स्वामी विवेकानंद सध्याच्या काळात याच पंरपरेचे प्रतिनिधी होते. ते ब्रह्मचर्य, दया, करूणा इ. उदात्त गुणांचे मूर्तिमंत स्वरूप होते. त्यांच्यासाठी सर्व प्राणीमात्र परमेश्वराचा अंश होते.

त्यांची तर्कशक्ती अद्वितीय होती. शिकागो येथील विश्व धर्म संमेलनात त्यांच्या व्यक्तिमत्त्वाने अवघे विश्व मंत्रमुग्ध झाले होते. त्यानंतर पाश्चात्य जगात अनेक ठिकाणी त्यांनी व्याख्याने दिली. त्यामुळे भारतीय वेदांचे वास्तविक स्वरूप जगासमोर आले आणि अनेक अमेरिकन तसेच युरोपिय त्यांचे शिष्य झाले.

स्वामी विवेकानंद एका बाजूला सर्व धर्म समभावाचे प्रतिक होते, तर दुसरीकडे त्यांना आपण हिंदू असल्याचा अभिमानही होता. हिंदु असल्याबद्दल लाज वाटणे म्हणजे विनाशाचे लक्षण असल्याचे ते समजत.

वयाच्या अवघ्या चाळीसव्या वर्षी त्यांचे निधन झाले, तरीही भारतीय वेद आणि संस्कृतीचे उदात्त रूप जगासमोर आणण्यात त्यांना जी सफलता मिळाली, ते एक भारतीय इतिहासातील प्रेरणादायी प्रकरण आहे. त्यामुळेच भारतीय विचारवंतात त्यांचे एक महत्त्वाचे असे नक्कीच स्थान आहे.

या पुस्तकात जास्तीत जास्त साधनांचा वापर करून स्वामी विवेकानंदांचे जीवन चरित्र थोडक्यात मांडण्याचा प्रयत्न केला आहे. या पुस्तकासाठी संदर्भ साहित्यामध्ये श्री सत्येंद्रनाथ मुजूमदार यांचे 'विवेकानंद चरित्र', स्वामी शारदानंद यांनी लिहिलेले, 'श्रीरामकृष्ण लीला प्रसंग', पं. द्वारकानाथ तिवारी यांचे 'श्रीरामकृष्ण लीलामृत', स्वामी अपूर्वानंद यांचे 'श्री रामकृष्ण आणि मां', श्री जयराम मिश्र यांचे 'स्वामी रामतीर्थः जीवन आणि दर्शन' आणि श्री इंगरसोलयांच्या निबंध संग्रहाचा (भदंत आनंद कौशल्यायन कृत) हिंदी अनुवाद 'स्वतंत्र चिंतन' या सर्व कृतींचा साभार आधार घेतला आहे.

- डॉ. भवानसिंग राणा

अनुक्रमणिका

स्वामी विवेकानंद
सुरूवातीचे जीवन

वंश परिचय

भारतात अनेक महापुरूषांनी वेळोवेळी जन्म घेतला आहे, त्यांनी आपल्या यश कीर्तीने मातृभूमिचा सन्मान वाढविला आहे. अशाच महान विचारवंतांमुळे भारताला अध्यात्मिक क्षेत्रातील विश्वगुरू म्हटले जाते. प्राचीन काळातील मंत्रदृष्ट्या वैदिक ऋषींपासून सध्याच्या काळातील स्वामी विवेकानंद, स्वामी रामतीर्थ, महर्षि अरविंद घोष हे महापुरूष याच परंपरेचे प्रतिनिधी आहेत.

बंगालची भूमी नेहमीच अनेकविध रसपूर्ण राहिली आहे. इथे एकीकडे मातृभूमिच्या स्वातंत्र्याचे उपासक असलेल्या थोर क्रांतिकारकांनी जन्म घेतला, तर दुसरीकडे ज्ञान-विज्ञानाच्या क्षेत्रातही या भूमिने अनेक बुद्धिमान व्यक्तींना जन्म दिला. समाज सुधारणा, साहित्य, विज्ञान असे की अध्यात्म अशा सर्वच क्षेत्रात या मातीतील सुपुत्र आघाडीवर राहिले आहेत. सध्याच्या युगातील थोर विचारवंत स्वामी विवेकानंद यांचा जन्मही याच भूमित झाला.

कोलकत्ता नगरी या शतकाच्या सुरूवातीच्या वर्षात भारताची राजधानी राहिली आहे. याच नगरातील सिमुलिया नावाच्या एका वस्तीत 'गौर मोहन मुखर्जी' नावाचा एक मार्ग आहे. इथेच दत्त कुटुंबाचे पारंपरिक निवासस्थान होते. गेल्या शतकात हे कुटुंब अतिशय श्रीमंत समजले जात होते. कोलकत्ता उच्च न्यायालयातील प्रसिद्ध वकील राममोहन दत्त यांचा आपल्या काळात सिमुलियातील दत्त समाजात आपला विशेष प्रभाव होता. राममोहन दत्त एक प्रसिद्ध आणि यशस्वी वकील होते. ते धनार्जन आणि मोकळ्या हाताने खर्च करीत असत. त्यांचे जीवन ऐश्वर्ययुक्त होते.

राममोहन दत्त यांच्या मुलाचे नाव दुर्गाचरण दत्त होते. त्या काळातील पंरपरेनुसार दुर्गाप्रसाद यांनाही संस्कृत आणि फारशी भाषेचे शिक्षण देण्यात आले. त्याचबरोबर त्यांनी इंग्रजीचेही ज्ञान मिळविले. त्यांनीही वकालत सुरू केली. मात्र या वडील मुलांच्या स्वभावात जमिन- अस्मानचा फरक होता. वडिलांमध्ये धनार्जन आणि ऐश्वर्याची जन्मजात प्रवृत्ती होती, तर मुलगा यापासून विरक्त होता. बहुतेक वेळा श्रीमंत घरातील मुले जास्त सुख सुविधा मिळाल्यामुळे वाया जातात, पण दुर्गाचरण यांना धन संपत्तीचा काही मोह नव्हता. त्यांना धर्म आणि सत्संगाची अधिक ओढ होती. त्यांच्यावर वेदांती सांधूचा जास्त प्रभाव होता. त्यांच्याच प्रभावाखाली येऊन दुर्गाचरण यांनी वयाच्या पंचवीसाव्या वर्षीच सर्व सुखाचा परित्याग करून सन्यांस स्वीकारला होता. त्यावेळी त्यांच्या पत्नीला फक्त एकच मुलगा झाला होता. त्याचे नाव विश्वनाथ होते. त्यावेळी विश्वनाथचे वय अवघे एक-दोन वर्षांचे होते.

दुर्गाचरण यांनी सन्यांस घेतल्यावर विश्वनाथचे पालन पोषण राममोहन दत्त यांनीच केले. असे म्हणतात की एकदा दुर्गाचरणची पत्नी वाराणसीला गेली होती. तिथे विश्वनाथ मंदिरात तिला आपल्या पतीचे दर्शन झाले होते. त्यानंतर सन्यांस धर्मातील परंपरेनुसार सन्यांसाची बारा वर्षे पूर्ण झाल्यावर दुर्गाचरण एक वेळ आपल्या घरी आले आणि मुलगा विश्वनाथला आशीर्वाद देऊन निघून गेले. त्यनंतर ते कोणालाही दिसले नाहीत. त्यांच्या यावेळी घरी येण्याच्या एक वर्ष आधीच त्यांच्या पत्नीचे निधन झाले होते.

वडील सन्यांशी झाल्यावर आणि आईचे निधन झाल्यावर विश्वनाथ यांचे बालपण आजोबा राममोहन दत्त यांच्या देखरेखीखालीच पार पडले. आपल्या आजोबाप्रमाणे त्यांनीही शिक्षण घेऊन वकालत सुरू केली. वकील असल्याबरोबरच ते विद्याप्रेमी होती. त्यांनी फारशी, इतिहास, इंग्रजी या विषयांचा खोलवर अभ्यास केला. त्यामुळे ते धार्मिक कट्टरपंथी नव्हते. त्यांनी बायबलचेही अध्ययन केले होते. त्यामुळे ते ख्रिस्ती धर्माचे प्रशांसक होते. दिल्ली, लखनो, अलहाबाद येथील अनेक मुसलमान त्यांचे मित्र होते. ते सर्व धर्मांचा आदर करीत असत.

विश्वनाथ दत्त एक यशस्वी वकील होते. त्यांना अतिशय थाटा माटात रहायला आवडत असे. मित्रांना मदत करणे, मोकळ्या हाताने खर्च करणे, मेजवान्या देणे याची त्यांना खूप आवड होती. त्यांची पत्नी भूवनेश्वरी देवी एक पंरपरागत धर्मप्रेमी हिंदु स्त्री होती. तिला फक्त बंगाली लिहायला वाचायला येत होते. ती अतिशय गोड

स्वभावाची होती. रामायण, महाभारत, भागवत यांचे नियमित पठण करणे, शीवपूजा करणे हे तिच्या दिनचर्येतील अविभाज्य भाग होते. ती एक गंभीर स्वभावाची आदर्श गृहिणी होती. शेजार पाजारच्या बहुतेक महिला त्यांच्यासमोर जास्त बोलण्याचे साहस करू शकत नसत, असे म्हणतात.

जन्म

सर्व प्रकारचे सुख संपन्नता होती, तरीही भूवनेश्वरी देवीला एक दुःख सलत होते, की आपल्याला एकही मुलगा नाही. इतर स्त्रियांप्रमाणे पुत्रप्राप्तीची इच्छा त्यांनाही व्याकुळ करीत असे. आपल्याला मुलगा व्हावा यासाठी त्या देवाला नेहमीच प्रार्थना करीत असत. त्यासाठी त्यांनी अनेक प्रकारे व्रत, उपवास, धार्मिक अनुष्ठाने केली. पण तरीही त्यांना यश आले नाही. दत्त कुटुंबातील अनेक महिला वाराणशीला राहत असत. भूवनेश्वरी देवींनी त्यांना पत्र लिहिले की तेथील विश्वनाथ मंदिरात त्यांच्या वतीने पूजा- अर्चना करण्याची व्यवस्था करावी. त्यानंतर काही दिवसांनी त्या स्वतः वाराणशीला गेल्या. तिथे त्या आपल्या परीने योग्य प्रकारे पूजा अर्चना करू लागल्या. मुलाच्या इच्छेमुळे भूवनेश्वरी देवी घरी जायला विसरल्या आणि तिथेच बाबा विश्वनाथाची पूजा करण्यात हरवून गेल्या.

असे म्हणतात की एके दिवशी पूजा केल्यानंतर भूवनेश्वरी देवी विश्वनाथ मंदिरात ध्यानमग्न बसल्या. त्या सकाळी पूजेला बसल्या होत्या. दिवस गेला आणि संध्याकाळ झाली. त्या जणू काही ब्रह्मज्ञानात लीन झाल्या. त्यांच्या चेहऱ्यावर अलौकिक तेज तळपत होते. रात्री त्याच अवस्थेत त्या झोपी गेल्या. त्या रात्री त्यांनी स्वप्नात पाहिले की कापरासारखे गौरवर्णीय भगवान शीव त्यांच्या समोर उभे आहेत. त्यानंतर त्यांनी एका बाळाचे रूप घेतले आणि भूवनेश्वरी देवीच्या मांडीवर जाऊन बसले. त्याबरोबर भूवनेश्वरी देवींची झोप मोड झाली.

त्या दिव्य स्वप्नातील आनंदाची अनुभूती घेतल्यावर भूवनेश्वरी देवी जाग्या झाल्या तेव्हा त्या आनंदाने पुलकित झाल्या. त्यावेळी सूर्योदय झाला होता. त्या आनंदातिरेकात ' हे शिवा, हे शंकरा, हे करूणामय!' असे म्हणत वारंवार भगवान शिवाला साष्टांग प्रणाम करू लागल्या.

आता आपली पुत्रप्राप्तीची इच्छा सफल होणार याची त्यांना खात्री वाटू लागली.

काही दिवसांनंतर त्या परत आल्या. हळूहळू काही काळ गेला. १२ जानेवारी १८६३ रोजी सकाळी सहा वाजून तेहतीस मिनिटे आणि तेहतीस सेंकदांनी त्यांनी एका मुलाला जन्म दिला. त्या दिवशी बंगालमध्ये पौष महिन्यातील संक्रात होती. बाळ जन्मला त्या वेळी सूर्योदय होऊ लागला होता. ही संक्रात खूप महत्त्वाची समजली जाते. लोक स्नानासाठी निघाले होते आणि घरोघरी शंखध्वनी होत होता. त्याच वेळी विश्वनाथ दत्त यांच्या घरीही मुलगा जन्मला आला म्हणून शंखध्वनी केला जात होता. शंखाच्या स्वरात जणू सर्व जण या नवजात बाळाचे स्वागत करीत होते. भूवनेश्वरीचा हाच पुत्र पुढे स्वामी विवेकानंद या नावाने जगप्रसिद्ध झाला.

या नवजात बाळाचा चेहरा आपले आजोबा दुर्गाचरण यांच्याशी मिळता जुळता होता. त्यामुळे त्याचे नाव दुर्गादास ठेवावे असा सल्ला नामकरणाच्या काही दिवस आधी लोकांनी दिला. भूवनेश्वरीला हे नाव आवडले नाही, आपले मूल हा भगवान शिवाचा प्रसाद आहे,त्यामुळे या मुलाचे नाव वीरेश्वर ठेवावे असे तिचे म्हणणे होते. आईचे म्हणणे सर्वांनी स्वीकारले आणि बाळाचे नाव वीरेश्वर ठेवण्यात आले. हे नाव जरा मोठे होते म्हणून घरातील लोक त्याला लाडाने 'बिले' म्हणत असत. त्यानंतर बंगालमधील परंपरेनुसार अन्नग्रहणविधीच्या वेळी या बिलेला नवीन नाव मिळाले, नरेंद्रनाथ. भूवनेश्वरी देवीचा हा मुलगा घरात बिले नावाने तर बाहेर नरेंद्रनाथ या नावाने ओळखला जाऊ लागला.

खोडकर बाळ नरेंद्र

हळू हलू बाळ नरेंद्र जसा मोठा होऊ लागला तसा त्याचा खोडकरपणा अधिक वाढू लागला. सुरूवातीला त्याचे हे गुण म्हणजे बाळसुलभ चपलता समजले जाऊ लागले, पण वय वाढू लागले तसा त्याचा हा खोडकरपणा उद्दामपणा होऊ लागला. नरेंद्रवर भीती किंवा रागावण्याचा काहीही फरक पडत नसे. त्याचे वागणे पाहून आई इतकी वैतागली होती, की एकदा ती म्हणाली, 'महादेवाने स्वतः न येता काय माहीत कोठून हे भूत पाठविले ते.'

बाळ नरेंद्र स्वतः शिवाचा अंश होता की शिवाच्या एखाद्या भक्ताचा ते तर शिवालाच माहीत; पण त्यांचा स्वभाव मात्र अतिशय उद्दाम होता. त्याच्या खोडकरपणाला वैतागून आई 'शिव शिव ' म्हणत त्यांच्या डोक्यावर थोडे पाणी

घालीत असे. तेव्हा कुठे तो शांत होत असे. बाळ नरेंद्र आईला कोणतेही काम करू देत नसे. बहुतेक वेळा तो रडून सारे घर डोक्यावर घेत असे. अशा वेळी आई नाराज होऊन म्हणत असे, 'बिल्ले, तू जरा अशा धिंगाणा घातलास तर महादेर तुला कैलासावर येऊ देणार नाहीत.' आईचे असे शब्द ऐकल्यावर भयभीत होऊन तो आईच्या चेहऱ्याकडे पाहत असे आणि शांत होत असे.

शिवाचा प्रसाद म्हणूनच नरेंद्रचा जन्म झाला आहे, याचा आईला पूर्ण विश्वास होता. पण ती ही तथ्ये कोणाला सांगत नसे. तसेच 'शीव शीव' म्हणत मस्तकावर पाणी टाकले की तो शांत होतो, किंवा शिव कैलासाला नेणार नाहीत म्हटल्यावर शांत होतो, हेही ती कोणाला सांगत नसे.

नरेंद्रनाथ आपल्या आई वडिलांचे तिसरे मूल होते. त्यांच्यापेक्षा मोठ्या दोन बहिणी होत्या. धिंगाणा घालणाऱ्या नरेंद्रने दोन्ही बहिणीच्या नाकी नऊ आणले होते. रागावून दोन्ही बहिणी त्यांना मरायला धावत तेव्हा ते पळत नालीत घुसत आणि तेथील चिखल अंगाला लाऊन 'आता मला धरा' असे जोराने हासत बहिणींना म्हणत असत. बहिणी गप्प राहत आणि नरेंद्र टाळया वाजवीत असे.

त्या काळात बग्गी हेच वाहन होते. नरेंद्रला बग्गीत बसायला खूप आवडत असे. आईच्या मांडीवर बसून ते आसपासच्या वस्तू अतिशय उत्सुकतेने पाहत असत. घोडागाडीची स्वारी त्यांना किती आवडायची याचा अंदाज फक्त एका घटनेवरूनही आपल्याला सहजपणे येऊ शकतो. एकदा त्यांच्या वडिलांनी त्यांना विचारले, 'बिल्ले, तू मोठा झाल्यावर काय होशील? " तर त्यांचे उत्तर होते, 'मी घोड्यांचा सईस नाही तर कोचवान होईल."

आईकडून रामायण महाभारतातील कथा ऐकणे त्यांना खूप आवडत असे. त्यांच्या घरात बहुतेक वेळा या कथा होत असत. एखादी वृद्ध व्यक्ती किंवा स्वतः भूवनेश्वरी देवी कथा वाचत असत. कथा सुरू झाल्यावर शेजार पाजारच्या स्त्रिया तिथे जमत असत. आश्चर्याची गोष्ट म्हणजे गोंधळ घालणारा नरेंद्र त्यावेळी शांत बसत असे. जणू काही एखादा भक्त बसून कथा ऐकत आहे, असे त्यांना पाहून वाटत असे. रामायणाची कथा ऐकून ते इतके प्रभावित झाले की एके दिवशी त्यांनी स्वतः बाजारातून सीता- रामाची मूर्ती खरेदी करून आणली. छतावर असलेल्या एका खोलीत त्यांची स्थापना केली. त्या खोलीत एकांतवेळी ते ध्यानमग्न बसत.

नरेंद्रनाथ यांच्या घरी एक बग्गी चालक होता. त्याच्या विवाहाची बोलणी सुरू होती. त्याला ते लग्न मान्य नव्हते म्हणून त्याने वैवाहिक जीवनातील अडचणींचा पाढा वाचायला सुरूवात केली. बाळ नरेंद्र तिथेच बसून सर्व काही ऐकत होता. त्यामुळे तो अतिशय प्रभावित झाला आणि आई जवळ जाऊन म्हणाला, 'आई, मी सीता-रामाची पूजा कशी करू? सीता तर रामाची पत्नी होती." त्यांच्या डोळ्यात आसवे पाहून आईने त्यांना कडेवर घेतले. हळूवारपणे त्याला म्हणाली, 'काही हरकत नाही बाळा, सीतारामाची नाही, तर शिवाची पूजा कर." त्यानंतर नरेंद्र त्या खोलीत गेला. त्यांनी ती मूर्ती उचलली आणि छतावरून खाली फेकली.

कोणत्याही अतार्किक परंपरेचे कारण विचारणे, हा नरेंद्रचा लहानपणापासून स्वभावच होता. जसे ते आईल विचारित असत, 'आई भाताच्या थाळीला स्पर्श करून शरीराला हात लावल्यावर काय होते?', किंवा 'डाव्या हाताने पाण्याचे भांडे उचलून पाणी पिल्यावर हात का धुवावा लागतो? " किंवा 'हाताल तर काही खरकचटे लागत नाही? ' आई या प्रश्नाला काहीह उत्तर दे ऊशकत नसे. नरेंद्रचे प्रश्न मात्र अशा प्रकारे वाढतच जात.

विश्वनाथ दत्त यांचे एक अशिल कट्टर मुसलमान होते. नरेंद्र त्यांच्योसोबत खूप मिसळून गेला होता. नरेंद्र त्यांच्या मांडीवर बसत असे आणि पंजाब, अफगाणीस्थान याबाबत विचारित असे. तसेच त्यांच्यासोबत जाण्यासाठी हट्ट धरीत असत. मग ते सदगृहस्थ म्हणत, "आधी तू दोन बोटे मोठा तर हो, मग मी तुला नक्की सोबत नेईन." कधी कधी मग दुसऱ्याच दिवशी नरेंद त्यांना म्हणत असे, 'मी रात्रीतून दोन बोटे मोठा झालो आहे. आता मला सोबत न्या. " ते सज्जन पोट धरून हासत असत. नरेंद्र त्यांच्या हाताने मिठाई खात असे. त्या काळी अशा प्रकारचे वागणे धर्मभ्रष्ट केल्यासारखे होते, तरीही वडील विश्वनाथ या गोष्टी मानत नसत तरीही घरातील इतर लोक मात्र याला कडवा विरोध करीत असत. त्यासाठी नरेंद्रला टोमणे मारले जात आणि दटावलेही जात असे. पण हे असे का होते, ते काही नरेंद्रला कळत नसे.

विश्वनाथ दत्त यांच्या अशिलात अनेक जाती धर्मांच्या लोकांचा समावेश होता. जे नेहमी त्यांच्या घरी येत जात असत. प्रत्येक जाती धर्माच्या लोकांसाठी त्यांच्या घरी वेगवेगळे हुक्के ठेवलेले असत. इतके सर्व हुक्के ठेवण्याची काय गरज आहे, ते

नरेंद्रला कळत नव्हते. नरेंद्र मनातच अंदाज करीत असे, की दुसऱ्या जातीचा हुक्का पिल्याने कदाचित ते मरत असतील. एके दिवशी बैठकीत कोणी नाही असे पाहून ते आत गेले आणि एकेका हुक्क्याची नळी तोंडात धरून पिऊ लागले. तितक्यात त्याचे वडील तिथे आले म्हणाले, 'बिल्ले, काय करीत आहेस? " नरेंद्र म्हणाला, 'जातीभेद पाळला नाही तर माझे काय होईल ते मी पाहत होतो; पण मला काही झाले नाही.' वडील हासत हासत तिथून निघून गेले.

नरेंद्रनाथने ज्या खोलीतून सीता रामाची मूर्ती फेकून दिली होती, तिथे आता शीव मूर्तीची प्रतिष्ठापना केली होती. आता ते शिवमूर्तीसमोर ध्यान लावीत असत. एके दिवशी ध्यान करीत असताना त्यांना आपल्या आईची एक गोष्ट आठवली, 'हे पहा बिल्ले, तू धिंगाणा केलास तर भगवान शिव तुला कैलासाला नेणार नाहीत.' नरेंद्र विचार करू लागला, 'मी दुष्ट आहे, त्यामुळे मला शिवांने आपल्यापासून दूर केले आहे.' ते लगेच आईकडे गेले आणि म्हणाले, "आई, मी जर साधु संत झालो, तर शिव मला आपल्याकडे येऊ देतील का? " आईच्या मुखातून सहज शब्द आले, "हो, हो. का नाही? " आईला नंतर आपल्या या शब्दांचा पश्चाताप झाला; पण त्यावेळी कोणाला माहीत होते, की पुढे चालून हा मुलगा स्वामी विवेकानंद होईल.

एके दिवशी नरेद्रंनाथ आपल्या वयाच्या काही मुलांसोबत आपल्या या खोलीत ध्यान करीत होते. तितक्यात एका मुलाने डोळे उघडून पाहिले तर तो ओरडू लागला, 'साप, साप..' समोरच एक नाग फणा काढून बसल्याचे त्याने पाहिले. त्याच्या ओरडण्याने सर्व मुले उठली आणि पळून गेली. नरेंद्र मात्र आपल्याच तंद्रीत होता. सोबतची मुले घरच्यांना घेऊन तिथे आली. साप फणा काढून बसल्याचे आणि नरेद्रं ध्यानात मग्न असल्याचे सर्वांनी पाहिले. कोणालाही काहीही करता आले नाही. थोड्या वेळाने साप आपोआप निघून गेला. नरेंद्रला मात्र यापैकी काहीच माहीत नव्हते.

सन्यांशाना पाहून नरेंद्रला खूप मजा वाटत असे. घरी आलेल्या सन्यांशाला ते भरपूर भिक्षा वाढीत असत. त्यानंतर मिळणाऱ्या शिव्यांचा त्यांच्यावर काही परिणाम होत नसे. कधी ते एखादा कपडा फाडून त्याची कफनी करीत आणि टाळ्या वाजवित नाचत, 'शिव, शिव' असा जप करीत.

आईकडून रामायणाची कथा त्यांनी ऐकली होती, की हनुमान अमर आहे. हनुमानाला केळी खूप आवडत असल्याचे एके दिवशी कथा वाचकांने सांगितले.

नरेंद्र लगेच क़थावाचकाकडे गेला आणि हळुवार म्हणाला, ‘ पंडितजी तुम्ही म्हणता की हनुमानाला कळी खूप आवडतात आणि ते केळीच्या बागाते राहतात, तर तिथे गेल्यावर ते भेटतील का? ’

पंडितजी हासत हासत म्हणाले, “हो, हो, तिथे भेटतील.’ नरेंद्रने त्यांचे म्हणणे खरे समजले आणि आपल्या घराजवळ असलेल्या केळीच्या बागेत गेले. ते रात्री उशिरापर्यंत तिथे थांबले आणि नंतर घरी परतले. त्यांचा निराश चहेरा पाहून आईने त्याचे कारण विचारले तेव्हा त्यांनी सर्व काही सांगून टाकले. आई म्हणाली, “बाळा, काळजी करू नको. भगवान रामाचे काम करण्यासाठी हनुमानजी आज कुठे गेले असतील. दुसऱ्या एखाद्या दिवशी तुला भेटतील.”

शिक्षण

पाच वर्षांचे वय झाल्यावर नरेंद्रच्या शिक्षणाला सुरूवात झाली. एक शिक्षक त्यांना शिकविण्यासाठी घरी येऊ लागले. शिक्षक जुन्या परंपरेचे होते. ‘छडी शिवाय शिक्षण नाही.’ असा त्यांचा मूलमंत्र होता. नरेंद्रवर मात्र त्यांचा मूलमंत्र चालला नाही. नरेंद्र त्यांच्या या तत्त्वाला विरोध करीत असे. परिणामी शिक्षकाला हे तत्त्व बाजूला सारावे लागले.

प्राथमिक शिक्षण घरीच पूर्ण केल्यावर नरेंद्रला ‘मेट्रोपोलिट इन्स्टिट्यूट’ मध्ये पाठविण्यात आले. येथील जीवन आपल्या स्वभावाला एकदम अनुकूल असल्याचे त्यांना वाटले. कारण तिथे त्यांना अनेक मित्र मिळाले. दुसऱ्या बाजूला तेथील शिस्तप्रिय जीवनाचा त्यांना खूप त्रास झाला. भांडणे करणे, वर्गातून काढून लावणे, विनाकारण कपडे आणि पुस्तके फाडणे हे त्यांचे मुख्य काम होते. शिक्षकांच्या दटावण्याचा, रागावण्याचा त्यांच्यावर काही परिणाम होत नसे.

लहाणपणापासूनच नरेंद्रनाथ निर्भिड स्वभावाचे होते. सहाव्या वर्षी ते आपल्या मित्रांसोबत एक जत्रा पहायला गेले. तिथून मातीच्या शिवमूर्ती घेऊन ते परतत होते की एक मुलगा गटातून हरवला. तो घोडागाडीच्या खाली येण्यापूर्वीच नरेंद्रने त्याला बाजूला ओढले.

त्यांच्या घराजवळ एक चाफ्याचे झाड होते. ते पायाने त्याला लटकून झोका खेळत असत. एके दिवशी ते उंच फांदीला लटकून अशा प्रकारे झुलत होते. माळी गप्प असल्याचे त्यांनी पाहिले कारण तो जे करू नको म्हणत असे, ते ते हमखास करीत

असत. दुसऱ्या दिवशी ते पुन्हा असेच झाडावर चढत असल्याचे पाहून माळी म्हणाला, 'बाळा, याच्यावर चढू नको कारण तिथे एक ब्रह्मराक्षस राहतो.' माळी तिथून गेल्यावर नरेंद्र त्या झाडावर चढला. त्याचा एक मित्र माळ्याचे बोलणे ऐकून पळाला होता. तो म्हणाला, "दाद, खाली उतर, नाहीतर ब्रह्मराक्षस येऊन तुझी मान मुरगाळून टाकील." त्यावर नरेंद्र म्हणाला, "तू मूर्ख आहेस आणि तुझा आजोबा खोटारडा आहे. इथे ब्रह्मराक्षस असता तर इतक्या वेळात केव्हाच त्याने माझी मान मोडून टाकली असती."

इ.स. १८७७ मध्ये नरेंद्रला काही तरी पोटाचा विकार झाला. त्यावेळी त्यांचे वडील काही कामासाठी रायपूरला (म.प्र.) गेले होते. वडिलांनी ही माहिती देण्यात आली. त्यांनी वातावरणात बदल घडविण्यासाठी आपल्या कुटुंबाला आपल्याकडे बोलावले. त्या काळात रायपूरमध्ये शाळा नव्हती. त्या काळात त्यांच्या वडिलांनाही सुट्टी होती. ते स्वतः नरेंद्रला शिकवू लागले. त्याचे वडील स्वतंत्र चिंतनाचा आदर करीत असत. त्यामुळे त्यांनी त्याच्या आवडीनुसार त्याला साहित्य, तत्त्वज्ञान, इतिहास याविषयावरील पुस्तके वाचून दाखविली.

विश्वनाथ दत्त मुक्त हाताने खर्च करीत असल्याचे आधीच सांगितले आहे. अशा प्रकारे ते आपले सर्वस्व गमावतील, अशी लोकांना भीती वाटत होती. कोणी तरी लहानग्या नरेंद्रलाही या विषयी सांगितले. एके दिवशी नरेंद्रने आपल्या वडिलांना विचारले, 'बाबा, आमच्यासाठी तुम्ही मागे काय ठेवणार आहात? " वडील भिंतीवर लावलेल्या आरशाकडे इशार करीत म्हणाले, 'जा त्यात बघ. तुळा कळेल.' नरेंद्रला आशय कळाला.

विश्वनाथ दत्त यांच्या ओळखीचे असेही काही लोक त्यांच्या घरी येत असत, ज्यांना दारू पिण्यासाठी विश्वनाथ दत्त पैसे देत असत. नरेंद्रली ही गोष्ट कळली होती. एके दिवशी ते वडिलांना म्हणाले, 'यांना नशा करण्यासाठीही तुम्ही पैसे खर्च करता, असे का? हे लोक नशा तरी का करतात? ' वडिलांनी अतिशय प्रेमाने उत्तर दिले, 'बाळा, जीवनात किती तरी प्रकारची दुःखे आहेत, तुला इतक्यातच ती कळणार नाहीत. मोठा झाल्यावर ही गोष्ट तुला कळेल, की हे लोक अशाच मोठ्या दुःखाचा थोडा वेळ विसर पडावा यासाठी असे करतात."

वडिलांच्या स्पष्टवक्तेपणाचा नरेंद्रवर खूप मोठा परिणाम झाला होता. ते नेहमीच म्हणत असत, 'मी एका थोर व्यक्तीचा मुलगा आहे.' त्यांच्यात आत्मसन्मानाची भावना लहाणपणापासूनच भरलेली होती. श्रीमंतीचा त्यांना गर्व नव्हता. तरीही मुलगा समजून

कोणी त्यांच्याशी वाईटपणे वागले की त्यांना राग येत असे. ते सत्य बोलण्याच्या बाजूने होते. आपल्या या स्वभावामुळे वडिलांच्या मित्रांच्या चुकीच्या गोष्टींना ते विरोध करीत असत. त्यामुळे त्यांना दुष्ट समजले जायचे आणि वडिलांकडे त्यांची तक्रारही व्हायची.

बलवान युवक

१८७९ सालापर्यंत नरेंद्रचे एक बलशाली युवकात रूपांतर झाले होते. खरं तर आता त्यांचे वय अवघे १६ वर्षांचे होते. ते शरीराकडे विशेष लक्ष देत असत. कुस्ती तर त्यांना लहानपणापासूनच आवडत असे. सिमुलिया नगराच्या कार्नवालीस मार्गावर एक व्यायामशाळा होती. नरेंद्र तिथे व्यायाम करण्यासाठी नियमित जात असत. याच काळात बॉक्सिंगमध्ये पहिले आल्याबद्दल त्यांना चांदीचा कप मिळाला होता. आपल्या वयाच्या मुलात क्रिकेट खेळाडू म्हणूनही त्यांची ओळख होती.

विश्वनाथ दत्त यांना वेगवेगळे चवदार पदार्थ बनविण्याची आवड होती. कोलकत्त्यात तर त्यांना यासाठी खूप कमी वेळ मिळत असे, पण ते रायपूरला होत त्या काळात नरेंद्रनेही ही कला आत्मसात केली होती. वडिलांचा हा गुण त्यांच्यातही आला होता. ते आपल्या मित्रांना घरी बोलावून त्यांना अनेक प्रकारचे पदार्थ करून खायला घालीत असत. पुढे विवेकानंद झाल्यावरही त्यांचा हा गुण कायम होता. आपल्या शिष्यांनाही ते अशा प्रकारे काही पदार्थ बनवून खाऊ घालीत असत. त्यात त्यांना खूप आनंद मिळत असे.

रायपूरहून साधारणपणे दोन वर्षांनी ते कुटुंबासह परत आले. त्यांचे सुदंर आणि बलवान शरीर पाहून मित्रांना खूप आनंद झाला. शिक्षण विभागाच्या विशेष परवानगीने त्यांना एन्ट्रेन्सला प्रवेश देण्यात आला. दोन वर्षे शाळेत गैरहजर राहूनही त्यांनी या परीक्षेत १८७९ साली प्रथम श्रेणीचे गुण मिळविले. त्यांचे हे यश पाहून घरातील लोक खूप आनंदी झाले. हे अतिशय स्वाभाविक होते. विद्यालयातील शिक्षकही त्यांचे हे यश पाहून आनंदी झाले. कारण त्यांच्या विद्यालयातून नरेंद्र एकटाच प्रथम श्रेणीत उत्तीर्ण झाला होता.

याच शाळेतील त्यांच्या विद्यार्थी जीवनात एका शिक्षकाला निवृत्तीनंतर निरोप देण्याचा कार्यक्रम होता. विद्यार्थ्यांनी त्यांना गौरव पत्र देण्याचा विचार केला. या निरो समारंभाच्या अध्यक्षस्थानी प्रसिद्ध नेते सुरेंद्रनाथ बॅनर्जी होते. त्यांच्यासमोर

बोलण्याचे धाडस कोणत्याही विद्यार्थ्यात नव्हते. त्यामुळे हे काम नरेंद्रने करावे, अशी सर्वांची इच्छा होती. नरेंद्र सुमारे अर्धा तास बोलले. सोळा वर्षाच्या मुलाने दिलेले असे अर्थपूर्ण व्याख्यान पाहून सुरेंद्रनाथ अतिशय प्रभावित झाले.

सांस्कृतिक आंदोलनाचा काळ

आठरावे शतक हे भारताच्या पराभवाचे शतक होते. हळू हळू सर्व भारतीय राजांनी इंग्रजी सत्तेसमोर गुढगे टेकवले होते. विशाल मोग्र साम्राज्य लयाला गेले होते. छत्रपती शिवाजी महाराजांनी स्थापन केलेले हिंदवी स्वराज्यही त्यांच्या निधनानंतर काही वर्षांनी लयाला गेले. एकोणीसाव्या शतकाच्या मध्यापर्यंत पंजाब, अवध ही राज्येही इंग्रजी राज्यात सामील झाली. हिंदु मुसलमान दोघेही पराभूत झाले. इंग्रजी सत्तेच्या उदयाबरोबर ख्रिस्ती धर्माचा प्रसारही सुरू झाला.

कोलकत्त्यात सर्वात आधी फोर्ट विल्यम कॉलेजची स्थापना झाली. त्याच वर्षी आधुनिक शिक्षणाचे जनक असलेले डेविड हेअर या संस्थेत आले. नास्तिक असूनही ते उदार मतवादी होते. शिक्षणाचा प्रसार आणि प्रचार हेच त्यांच्या जीवनाचे ध्येय होते. या काळात ख्रिस्ती मिशनऱ्या आपले कुटील चक्र फिरवित होत्या. ते हिंदु धर्मातील रिती रिवांजावर टीका करीत असत, हिंदू धर्माचा अपमान करणे, हेच त्यांचे एकमेव ध्येय होते. त्यांचे असे म्हणणे होते, 'ठोस घन अनैतिकता आणि हिंदु धर्म सारखेच आहेत.'

आपल्या अंतिरक कलहामुळे हिंदु धर्मही पददलीत झाला होता. बंगाली समाजाच्या संदर्भात हिंगू धर्मातील या वाईट गोष्टींकडे संकेत करीत श्री सत्येंद्रनाथ मुजुमदार यांनी 'विवेकानंद चरित्र' या आपल्या पुस्तकात लिहिले आहे,

"इस्लाम किंवा ख्रिश्चन धर्माप्रमाणे हिंदु धर्म प्रचारशील नव्हता. बनावटी जातिभेदामुळे हिंदु धर्मातील लोक लहान लहान जातीत विभाजित झाले होते. त्यामुळे त्यांच्या सर्व धर्म रिती, रिवाज आणि नीती तसेच सदाचार एकसारखे नव्हते. ते परस्परात एक दुसऱ्याचा द्वेष करीत असत. समाजाच्या अशा अवस्थेत आपलेपणा सार्वजनिक जीवनातून हद्दपार झाला होता. गेल्या दोन तीन दशकात बंगालमधील हजारो कुटुंब मुसलमान झाल्यावरही हिंदु समाज विचलित झाला नव्हता, त्याच प्रकारे या काळातही मशिनऱ्यांच्या प्रचाराचा त्याच्यावर काही परिणाम

झाला नव्हता. लकीरचा फकीर असलेला हिंदु समाज काही जुन्या प्रथा आणि निषेध योग्य समजून चालत होता. बारा महिन्यात तेरा सण साजरे करणे, तीर्थयात्रा आणि गंगास्नान करणे, ब्राह्मण आणि वैष्णवांना दान दक्षिणा देणे, खाणे पिणे, देणे घेणे अशा काही तत्त्वांचे पालन करणे यालाच ते आपला धर्म समजत असत. ब्राह्मणातील काही मोजके लोकच न्यायशास्त्र आणि स्मृतिशास्त्रावर चर्चा करीत असत. वेद आणि वेदांतावरील चर्चा तर जणू वंगभूमीतून गायबच झाली होती. धर्माच्या आडून श्रीमंत आणि मोठे लोक करीत असलेले शोषण आणि गुण कीर्तन करून अर्थार्जन करणे, मंत्र देऊन शिष्याच्या धनाचा अपहार करणे, देशाचार, लोकाचार आणि स्त्रीआचाराचे पालन आणि सामाजिक जाती भेदाचे पालन करणे यातच ब्राह्मण समाज दंग झाला होता. सर्वसाधारण हिंदु लोकात ज्ञान आणि विद्या यावर काहीही चर्चा होत नसे. अरबी, फारसी शिकून नोकरी करणे किंवा गृहस्थी काम चालविण्यापुरता पत्रव्यवहार करणे तसेच हिशोब वह्या ठेवणे इतकाच शिक्षणाचा मर्यादित अर्थ उरला होता. इंग्रजी राज्याची सुरूवात झाल्यावर धनी आणि बाबू बंगाली लोकांचे चारित्र्य अनेक प्रकारे भ्रष्ट झाले होते. श्रीमंत लोक एक पत्नी असताना तिच्यासारख्याच अनेक बायका ठेवत असत. ते विद्यासुंदर यांच्या कवितेत किंवा अशुकवीच्या अश्लील आणि कुरूचीपूर्ण संगीत सामन्यातील अभिनयाने तृप्त होत असत. कोलकत्यातील बाबू लोक बुलबुलची लढाई, पंतग उडविणे आणि भडक पोषाख करून वेश्यांसोबत बागेत भटकणे, मौज मजा यातच व्यस्त होते.'

कमी अदिक प्रमाणात सर्वच हिंदुंची अवस्था अशीच होती. अशा प्रकारचे पाखंड स्थायी असत नाही. या कुप्रथेच्या विरोधात बंगालमध्ये देवेंद्रनाथ, ईश्वरचंद्र विद्यासागर, केशवचंद्र सेन यांची नावे विशेष उल्लेखनीय आहेत. या महापुरूषांच्या काळातच गुजरातमध्ये एका महापुरूषाने जन्म घेतला होता. ते महापुरूष होते, स्वामी दयानंद सरस्वती. हिंदु समाज सदा सर्वदा त्यांचा ऋणी आहे.

या सर्व महापुरूषांनी हिंदु धर्मात असलेल्या कुप्रथांना विरोध केला. स्वामी विवेकानंद यामुळे नक्कीच प्रभावित झाले. कारण जन्मापासूनच ते या कुप्रथांच्या विरोधात होते. हा विषय इथे उपस्थित करण्यामागे आमचा हाच उद्देश आहे.

नरेंद्रनाथाचे उच्च शिक्षण

प्रवेशिका परीक्षा पास केल्यावर नरेंद्रने प्रेसिडेन्सी कॉलेजात प्रवेश घेतला. प्रवेशिका परीक्षेसाठी त्यांना दोन वर्षाचा अभ्यासक्रम एका वर्षात पूर्ण करावा लागला होता. या कठोर परिश्रमाचा त्यांच्या आरोग्यावर विपरित परिणाम झाला होता. त्यामुळे ते खूप अशक्त झाले होते. यावेळी त्यांना मलेरिया झाला. त्यामुळे त्यांना कॉलेज सोडून द्यावे लागले. त्यांचे एक वर्ष वाया गेले.

१८८० साली त्यांनी 'जनरल असेम्बली इन्स्टिट्युशन' मध्ये एफ. ए मध्ये प्रवेश घेतला. ते नवीन उत्साहाने अभ्यास करू लागले. त्यांच्या वक्तिमत्त्वाने सहकारी आणि शिक्षक प्रभावित झाले होते. थोड्याच काळात अनेक विद्यार्थी त्यांचे मित्र झाले. सुरूवातीपासूनच ते एक चंचल स्वभावाचे विद्यार्थी होते. तिथेही ते चंचल आणि नटखट विद्यार्थी समजले जात असत. सर्व समसामाजिक विद्यार्थ्यांच्या तुलनेत ते ख्रिस्ती आणि ब्रह्मो समाजापासून सर्वथा अप्रभावित होते. त्यांना आपले जीवन नदीच्या वाहत्या प्रवाहाप्रमाणे सर्व वर्जनापासून मुक्त ठेवायचे होते. अवडंबरयुक्त भला माणूस होण्यच्या ते विरूद्ध होते म्हणजे ते पूर्णपणे 'स्वच्छंदी' होते असे नव्हते. सदाचार, ब्रह्मचर्य आणि नैतिकता हे त्यांचे जन्मजात गुण होते. एखाद्याचे वागणे आवडले नाही तर ते स्पष्टपणे त्याच्या समोरच आपला विरोध व्यक्त करीत असत. न आवडणाऱ्या वागण्यासाठी ते आपल्या मित्रांना लगेच टोकत असत. त्यावेळी त्या मित्राला त्यांचे बोलणे वाईट वाटत असले तरीही नरेंद्र द्वेष किंवा मत्सराने आपल्याशी असे वागत नाही, हे माहीत असे. त्यामुळे त्याचे असे बोलणे तो लगेच विसरून जात असे. वास्तविक पाहता कोणावर उगीच टीका करणे हा काही त्यांचा स्वभाव नव्हता. आपला कोणताही सोबती किंवा बालक याच्या वाईट सवयींना लगेच विरोध करायला ते घाबरत नसत. श्री मुजूमदार यांच्या शब्दात,

'तरूण आणि मुलांचा कोणताच अपराध नरेंद्रच्या दृष्टीने अक्षम्य नव्हता. तिरप्या डोळयांनी कोणाला बघणे, मृदहास्य करीत लाडीकपणे बोलणे, डोळयांना डोळे भिडताच लाजून डोळे झुकविणे, कोमल काया किंवा कासव गतीने चालणे तसेच अशा प्रकारचे इतर स्त्री सुलभ हावभावांचे प्रयत्नपूर्वक अनुकरण करणे, ते उघड्या डोळयांनी पाहू शकत नव्हते. एखादा विद्यार्थीतर विलासाची अनावश्यक साधने

जमा करीत असेल, तर ते त्याची कठोरपणे टीका करीत असत. अशा वेळी त्याला आपली चूक मान्य करण्याशिवाय दुसरा काही पर्याय उरत नसे. '

शारीरिक शक्तीच्या बाबतीत नरेंद्र आपल्या सर्व मित्रांत आघाडीवर होते. कुस्ती, क्रिकेट या खेळांची त्यांना सुरूवातीपासूनच आवड होती. अभ्यास करून थकल्यावर ते कधी कधी हास्य विनोदही करीत असत. अर्थात त्यांचे हे विनोद सर्वथा सात्विक असत. त्यांचे असे वागणे पाहून कधी कधी काही लोक गैरसमज करून घेत आणि त्यांच्यावर टीकाही करीत असत. अर्थात नरेंद्र मात्र त्यामुळे विचलित होत नसे. ते आपल्यावरील टीका आणि निंदा हसत हसत टाळत असत.

सत्यवादी

त्यांची बुद्धी अतिशय तीव्र होती. वाचलेले त्यांना लगेच आठवत असे. उरलेल्या वेळात ते खेळ, व्यायाम, हास्य विनोद करीत असत. एफ. ए असतानाच त्यांनी पाश्चात्य विचारवंत मील आधीचा अभ्यास केला होता. कॉलेजमध्ये त्यांची गणना हुशार मुलांत होत असे. जनरल असेम्बली कॉलेजमध्ये तत्त्वज्ञानाचे प्राध्यापक विल्यम हेस्टी त्यांच्यामुळे खूप प्रभावित झाले होते. हेस्टी यांचे त्यांच्यावर विशेष प्रेम होते. नरेंद्रनाथमधील भावी विवेकानंदाचे कदाचित त्यांना आधीच दर्शन झाले असावे. एके दिवशी ते स्पष्टपणे म्हणाले होते, 'नरेंद्रनाथ तत्त्वज्ञानाचा अतिशय हुशार विद्यार्थी आहे. जर्मन आणि इंग्लडंमधील सर्व महाविद्यालयात यांच्यासारखा हुशार एकही विद्यार्थी नाही.'

विज्ञान आणि तत्त्वज्ञान यामुळे त्यांच्या मनात एक विचित्र परिस्थिती निर्माण झाली होती. सामाजिक संस्कार आणि तर्काचे मंथन त्यांना आंदोलित करू लागले होते. त्यांची ही मनःस्थिती समजून घेणे अवघड होते. विविध पाश्चात्य तत्त्वचिंतकाच्या विचारधारेमुळे ते सत्य जाणून घेण्यास अतिशय उत्सुक झाले होते. त्यांच्या मनात प्रत्येक वेळी हेच द्वंद्व सुरू होते, की या रूपकात्मक संचालन करणारी एखादी अलौकिक शक्ती आहे, की नाही. मानवी जीवनाचे ध्येय काय आहे? त्यामुळे ते साहित्य, विज्ञान, इतिहास या विषयाचा अभ्यास करताना याविषयाचे समाधान मिळविण्याचाही प्रयत्न करीत होते.

एखाद्या ठिकाणी धर्मविषयक सभा असेल आणि तिथे कोणी धर्म किंवा ईश्वर या विषयावर व्याख्यान देणार असेल, तर नरेंद्रनाथ त्याला विचारत असत, 'तुम्हाला परमेश्वराचे दर्शन झाले आहे का? " असा विचित्र प्रश्न ऐकल्यावर ती व्यक्ती नरेंद्रकडे विचित्रपणे पाहत असे. अशा वेळी ते पुन्हा आपला प्रश्न विचारित असत. ती व्यक्ती या प्रश्नाचे उत्तर विविध प्रकारचे तर्क आणि दृष्टांत याचा वापर करून देण्याचा प्रयत्न करीत असे; पण त्यामुळे नरेंद्रचे समाधान होत नसे. अशा प्रकारचे सर्व धर्म प्रचारक हे फक्त वाणीचे पंडित असल्याचे त्यांना अनुभवाला आले. ते फक्त खंडण मंडण करण्यावर विश्वास ठेवीत असत. दुसऱ्या धर्मातील दोष शोधणे हेच त्यांचे काम होते. अशा प्रकारचे प्रचारक नरेंद्रची जिज्ञासा कशी काय शमवणार? अशा प्रकारच्या प्रचारकाकडून काही अपेक्षा ठेवणे म्हणजे वाळूतून तेल काढण्यासारखेच आहे.

ब्राह्मो समाजात

अशा प्रकारच्या विचार मंथनामुळे ते राजा राममोहन रॉय यांनी स्थापन केलेल्या ब्राह्मोसमाजाकडे आकर्षित झाले. त्यांनी राजा राममोहन यांनी लिहिलेल्या पुस्तकांचा अभ्यास केला. ब्राह्मोसमाजातील जातिभेद विरोधी विचारामुळे ते खूप प्रभावित झाले. नरेंद्रनाथ जन्मापासूनच जातिभेदाच्या विरोधात होते. धार्मिक आणि सामाजिक स्वरूपाच्या सर्व प्रकारच्या कामात महिलांना समान अधिकार दिले जावेत,असे ब्राह्मो समाजाचे म्हणणे होते. सतिची चाल बंद करण्यामध्ये राजा राममोहन रॉय यांचे योगदान खूप मोठे होते.

या सर्वांमुळे प्रभावित होऊन नरेंद्रनाथ ब्राह्मोसमाजाच्या सभांना जाऊ लागले. आपल्या काही मित्रांसोबत त्यांनी ब्राह्मोसमाजाचे सदस्यत्वही स्वीकारले. ब्राह्मोसमाजही आपली ज्ञानपिपासा शांत करू शकत नसल्याचे थोड्याच दिवसांत त्यांना आढळून आले. ते ब्राह्मोसमाजाचे सदस्य झाले होते, तरीही तेथील उपासना पद्धत त्यांना आवडत नव्हती. ते तिचा विरोध करू लागले. अशा वेळी ब्राह्मोसमाजी त्याच्या बाजूने आपला तर्क मांडित असत तेव्हा नरेंद्रनाथ पाश्चात्य विचारवंताच्या प्रबळ तत्त्वज्ञानाच्या मदतीने त्यांना निरूत्तर करीत असत.

राजा राममोहन रॉय यांच्या मृत्यूनंतर केशवचंद्र सेन यांनी नवविधान समाजाची स्थापना केली. नवविधान समाज मूळात ब्रह्मोसमाजाचाच एक भाग होता, तरीही त्यात काही वेगळया गोष्टी आल्या होत्या. त्याचे सदस्य नरेंद्रनाथ यांना नवविधान समाजात आणण्यासाठी प्रयत्न करीत होते, असे वाटते; पण यांच्या सदस्यांचे भावनावेगात रुदन करणे आणि केशवचंद्र यांना प्रेरित पुरूष समजणे नरेंद्रला मान्य नव्हते. ते ब्रह्मोसमाजात राहूनही त्यावर टीका करायला मागे पुढे पाहत नसत. ते रविवारी ब्रह्मो समाजाच्या उपासनेच्या वेळी आपल्या मधूर आवाजात प्रार्थना म्हणत असत तेव्हा ऐकणारे मुग्ध होत असत. ते लहानपणीच ध्यान धारणा शिकले होते. महर्षी देवेंद्रनाथ ठाकून यांनी त्यांच्यातील विवेकानंद आधीच पाहिला होता. एके दिवशी ते नरेंद्रनाथला म्हणाले, 'तुझ्या प्रत्येक अंगावर योग्याची लक्षणे आहेत. तू ध्यान धारणा शिक. त्यामुळे तुला सत्य आणि शांतता मिळेल.'

देवेंद्रनाथ ठाकूर यांचा नरेंद्रनाथ आदर करीत असत. त्यामुळे ते ध्यान धारणेचा विशेष अभ्यास करू लागले. ते शाकाहारी भोजन घेऊ लागले. त्याच बरोबर झोपणे आणि सफेद वस्त्राचा वापर करू लागले. त्यांच्या घराजवळच त्यांच्या आईची आईही राहत असे. नरेंद्रच्या घरात ध्यान लावण्यासाठी विशेष वातावरण मिळत नव्हते. त्यामुळे त्यासाठी ते आजीच्या घरी जात असत आणि तिथेच ध्यानाची साधना करीत असत. त्यांनी याबाबत आपल्या घरातील लोकांना काहीही सांगितले नाही. आपल्या घरी अभ्यासासाठी एकांत मिळत नाही म्हणून अभ्यास करायला ते आजीच्या घरी जातात, असेच घरचे लोक समजत असत. त्यांचा हा सराव दीर्घकाळ चालला. परमेश्वराला जाणून घेण्याची त्यांची इच्छा दिवसेंदिवस वाढत होती.

श्री रामकृष्ण परमहंस यांची पहिली भेट

आत्मज्ञानी गुरूशिवाय आत्मसाक्षात्कार होत नाही, हे नरेंद्रच्या लक्षात आले होते. या विषयात आपल्याला यश मिळाले नाही, तर आपण आत्मघात करावा, असे त्यांनी मनातल्या मनात ठरवून टाकले होते. एकीकडे त्यांनी ब्रह्मो समजाची दीक्षा घेतली होती, तर दुसरीकडे ते गुरूचा शोध घेत होते. ब्रह्मोसमाज त्यांची ज्ञानपिपासा शांत करू शकला नाही, असे वाटते. एके दिवशी (नोव्हेंबर १८८१)

सिमुलिया नगरातील एक सदगृहस्थ सुरेंद्रनाथ मित्र यांनी श्री रामकृष्ण परमहंस यांना आपल्या घरी निमंत्रित केले होते. ते येण्याच्या निमित्ताने घरी एखाद्या उत्सवासारखे वातावरण निर्माण झाले होते. मित्र यांना एखाद्या चांगल्या गायकाला आपल्या घरी आमंत्रित करायचे होते; पण त्यात त्यांना यश आले नाही. त्यामुळे त्यांनी शेजारील नरेंद्रला बोलावले.

नरेंद्रनाथचा आवाज अतिशय सुरीला होता. त्यांनी म्हटलेल्या भजनांमुळे तिथे जमलेले लोकच फक्त मंत्रमुग्ध झाले नाहीत, तर स्वतः श्री रामकृष्ण परमहंसही अतिशय आनंदित झाले. गाणे संपल्यानंतर त्यांनी नरेंद्रनाथाचे कौतुकही केले आणि त्याची ओळखही करून घेतली. त्यानंतर श्री रामकृष्ण परमहंस निघून गेले. जाता जाता त्यांनी नरेंद्रनाथला दक्षिणेश्वरला यायला सांगितले. तिथे त्यांचा आश्रम होता. एक शिष्टाचार म्हणून नरेंद्रने त्यावेळी होकारही दिला, पण त्यांच्यामुळे ते विशेष असे प्रभावित झाले नव्हते.

गुरूच्या सहवासात

नरेंद्रनाथ एफ. ए. च्या परीक्षेची तयार करू लागले होते. परीक्षा संपल्यानंतर त्यांचे लग्न करून देण्याचा त्यांच्या वडिलांचा विचार होता. त्यांच्या वडिलांनी यासाठी जोरदार हट्ट धरला होता, कारण वधुचे वडील दहा हजार रूपये रोख हुंडा द्यायला तयार झाले होते. नरेंद्रनाथांनी आधीच ब्रह्मचर्य व्रतांचे पालन करण्याचा निश्चय केला होता. त्यांचे वडील वैयक्तिक स्वातंत्र्याचा आदर करणारे होते. विवाहाबद्दल मुलाच्या मनात नावड असल्याचे पाहून त्यांनी खास आग्रह केला नाही; पण नरेंद्रला विवाहासाठी राजी करावे म्हणून त्यांनी आपल्या मित्रांना गळ घातली. विश्वनाथ दत्त यांचे एक मित्र होते, डॉ. रामचंद्र दत्त. त्याचे बालन पोषण विश्वनाथ दत्त यांच्या घरीच झाले होते. दोघे जवळचे नातेवाईक होते. विश्वनाथ दत्त यांनी हे काम रामचंद्र दत्त यांच्यावर सोपविले.

एक दिवशी योग्य वेळ पाहून डॉ. रामचंद्र दत्त यांनी नरेंद्रला विवाहासाठी सहमत करण्यासाठी प्रयत्न सुरू केले. आपण विवाह करणार नाही, असे नरेंद्रने स्पष्ट शब्दात सांगून टाकले. तसेच आपल्याला सत्याचे दर्शन करायचे असल्याचेही सांगून टाकले. नरेंद्रचे सर्व म्हणणे ऐकल्यावर डॉ. रामचंद्र दत्त त्यांना म्हणाले, 'वास्तविक पाहता सत्याचा शोध घेणे हेच तुझे ध्येय असेल, तर मग तू ब्रह्मो समाजात का उगीच भटकत आहेस. त्यामुळे तुला यश मिळणार नाही. तुला त्यात सफलता मिळवायची असेल, तर श्री रामकृष्ण परमहंसयाच्याकडे दक्षिणेश्वर आश्रमात जा.'

तू सप्तर्षी मंडळातील ऋषी आहेस

नरेंद्रनाथ समोर आल्यावर श्रीरामकृष्ण परमहंस त्यांच्याशी अशा प्रकारे गप्पा मारू लागले की जणू काही त्यांची युगायुगाची ओळख आहे. सुरूवातीच्या गप्पा

गोष्टी संपल्यावर ते नरेंद्रला एकांतात घेऊन गेले. त्यांच्या वाणीतून स्नेहाचा असीम सागर डोकावत होता. नरेंद्रचा हात धरून ते गदगदलेल्या स्वरात म्हणाले, 'इतके दिवस मला सोडून तू कसा काय राहिलास? मी कधीपासून तुझ्या येण्याची वाट पाहत होतो. विषयी लोकांसोबत बोलून बोलून माझे तोंड पोळाले आहे. आज तुझ्यासमोर खऱ्या त्यागीशी बोलल्यामुळे मला शांतता मिळाली आहे."

श्रीरामकृष्ण परमहंस यांच्या डोळ्यातून आसवे वाहू लागली. नरेंद्रनाथ त्यांच्याकडे टक लावून पहात होते. आपण काय करावे, ते त्यांना कळत नव्हते. तेव्हा श्रीरामकृष्ण हात जोडून त्यांना म्हणू लागले, 'तू सप्तर्षी मंडळातील ऋषी आहेस, हे मला माहीत आहे. नररूपी नारायण आहेस. जीवांचे कल्याण करण्याच्या इच्छेने तू हे शरीर धारण केले आहेस.'

श्रीरामकृष्ण परमहंस यांना काय म्हणायचे आहे, ते न कळल्यामुळे नरेंद्रनाथ गोंधळून गेले. त्यांना हे वागणे अतिशय विचित्र वाटले. श्रीरामकृष्ण परमंहस वेडे तर नाहीत ना, असाही विचार त्यांच्या मनात येऊन गेला. काही वेळानंतर पुन्हा ते आपल्या भक्तांशी बोलू लागले तेव्हा नरेंद्रनाथ काळजीपूर्वक त्यांचे वागणे पाहू लागले. त्यावेळी वेडेपणाचे कोणतेही लक्षण त्यांच्यात त्यांना आढळून आले नाही. त्यांच्या बोलण्याचा काय अर्थ अस शकेल, याचाच विचार करीत ते परत आले.

वास्तविक पाहता श्री रामकृष्ण परमहंस एक सिद्ध महापुरूष होते. प्रकाशमान मार्गाने आपण वर जात आहोत, असे त्यांनी एके दिवशी आपल्या दिव्य दृष्टीने पाहिले. विविध ग्रहांनी भरलेले स्थुल जग पार करून ते सूक्ष्म भाव जगात पोहचले. ते जितके वर जात होते, तितक्या देवी देवता त्यांना वर भेटत होत्या. हळूहळू ते त्या राज्याच्या चरम सीमेवर पोहचले. आपल्या या अनुभवाचे वर्णन करताना त्यांनी स्वतः म्हटले आहे,

"...त्या चरमसीमेवर गेल्यावर मला असे दिसले, की एका ज्योतिर्मय रेषेने खंड आणि अखंड जग वेगळे केले आहे. ती रेखा पार करून मन अखंड राज्यात प्रविष्ठ झाले. तिथे काहीही साकार नसल्याचे मला आढळून आले. दिव्य शरीर असलेल्या देवताही जणू तिथे प्रवेश करण्याच्या भीतीने तिथपासून खूप खाली आपला अधिकार चालवित आहेत. दुसऱ्याच क्षणी मला तिथे समाधी घालून बसलेले सात ऋषी

दिसले. ज्ञान, पूण्य, त्याग आणि प्रेम याच्या आधारे त्यांनी माणसांनाच नाही तर देवतांनाही खूप मागे सोडल्याचे मला जाणवले. मी आश्चर्यकारक होऊन त्यांच्या विषयी विचार करीत असताना समोरच्या अखंडातून अचानकपणे ज्योर्तिमंडळातील एक भाग घन होऊन एका दिव्य शिशूच्या स्वरूपात रूपांतरित झाला. या सात ऋषींपैकी एकाच्या समोर उतरून आपल्या इवल्याशा हातांचा त्याच्या गळयात हार घातला. त्यानंतर आपल्या वाणीच्या मधूर आवाजाने त्या ऋषीला समाधीतून जागृत करण्यासाठी प्रयत्न करू लागला. बालकाच्या प्रेममय कोमल स्पर्शाने ऋषी समाधीतून जागृत झाला आणि त्या मुलाकडे पाहू लागला. त्याच्या चेहऱ्यावरील प्रसन्नता आणि उज्ज्वलता पाहून असे वाटत होते, की तो बालक जणू काही अनेक वर्षांपासून त्या ऋषींना ओळखत असावा. तो विचित्र देवशिशु म्हणू लागला, "मी जात आहे, तुम्हाला यावे लागेल.' त्याच्या या विनंतीवर ऋषी तर काहीही बोलले नाहीत, पण जणू त्यांनी आपल्या प्रेमपूर्ण डोळयांनी समंती दिली. त्यानंतर बराच वेळ त्या मुलाला प्रेमयुक्त दृष्टीने पहात राहिले आणि मग पुन्हा समाधिस्थ झाले. त्या क्षणी मला असे दिसले की त्यांच्या शरीरातील एक अंश उज्ज्वल ज्योतिच्या रूपात बदलून विरूद्ध मार्गाने पृथ्वीवर उतरत आहे. नरेंद्रला पाहताच मला कळले, की तो तोच दैवी पुरूष आहे."

समाजातील अनेक प्रतिष्ठित व्यक्ती, प्रसिद्ध समाजसुधारक श्रीरामकृष्ण यांचे भक्त होते. अशी व्यक्ती उगीच निरर्थक बडबड करीत नाही. असाच विचार करीत नरेंद्र घरी परतला. त्यांच्या मनात अनेक दिवस हेच मंथन सुरू होते. तरीही ते ऐकीव किंवा भावनिक गोष्टींवर विश्वास ठेवणाऱ्यांपैकी नव्हते. त्यामुळे आपणच श्रीरामकृष्ण परमहंस यांची परीक्षा घ्यायची असे त्यांनी मनात नक्की केले.

श्रीरामकृष्ण परमहंस यांना एक महापुरूष मानण्यात नरेंद्रनाथ तयार नव्हते; पण तरीही कोणती तरी अदृष्य शक्ती त्यांनी दक्षिणेश्वराच्या दिशेने ओढीत नेत होती. ते इच्छा नसतानाही तिथे जात असत आणि परमहंस यांच्या प्रत्येक हालचाली पाहत असत. त्यांच्या वागण्यात त्यांना कोणत्याही प्रकारचा कृत्रिमपणा किंवा छदमीपणा दिसत नव्हता. सर्व प्राणीमात्रांविषयी परमहंस यांचे निष्काम प्रेम आणि दयाभाव त्यांना त्यांच्याकडे आकर्षित करू लागला होता. परमहंस यांच्या सहवासाने अनेक लोकांचे जीवन पूर्णपणे बदलले असल्याचे त्यांनी अनुभवले.

एकीकडे नरेंद्रनाथ ब्रह्मोसमाजाचे सदस्य होते, तर दुसरीकडे ते दक्षिणेश्वराच्या आश्रमातही नियमितपणे जाऊ लागले होते. ब्रह्मोसमाजाचे सदस्यत्व स्वीकारताना एक प्रतिज्ञापत्रावर स्वाक्षरी करावी लागत असे, 'मी जीवनभर निराकार ब्रह्माची उपासना करीन.' नरेंद्रनाथ यांच्यासोबत राखालचंद्र घोष (नंतर ब्रह्मानंद) यांनीही ब्रह्मो समाजात प्रवेश घेतला होता. श्रीघोष यांच्यावर परमहंस यांचे विशेष प्रेम होते. ते बहुतेक करून दक्षिणेश्वरातच राहत असत. एके दिवशी दक्षिणेश्वरावर गेल्यावर राखालचंद्र घोष कालीमातेच्या प्रतिमेला अभिवादन करीत असल्याचे पाहिले. त्यामुळे नरेंद्रला खूप राग आला आणि ते दटावू लागले. राखाल चूप राहिले. श्रीरामकृष्ण परमहंस म्हणाले, "त्याची जर साकार रूपावर अस्था असेल, तर तो काय करीन? तुला असे करणे योग्य वाटत नसेल, तर तू असे करू नको. दुसऱ्याच्या अस्थेला विरोध करण्याचा तुला काही एक अधिकार नाही."

नरेंद्रनाथ गप्प झाला. आश्चर्याची गोष्ट अशी की ते स्वतः साकाराचे उपासक असूनही नरेंद्रला निराकाराची उपासना करण्यासाठी प्रेरित करीत होते. ब्रह्मो समजात जाऊ नको, असे त्यांनी कधीही सांगितले नाही.

नरेंद्रमधील ज्ञानसूर्य

श्री रामकृष्ण परमहंस दिव्यदृष्टी असलेले आत्मज्ञानी महात्मा होते. ते बहुतेक वेळा आपल्या प्रवचनातून, 'मीच ब्रह्म आहे,' असे सांगत असत. असे फक्त एखादी ब्रह्मज्ञानी व्यक्तीच करू शकते. नरेंद्रनाथ भलेही ब्रह्मोसमाजी झाला असला तरीही त्याला वेंदांताकडे जायचे आहे, हे त्यांना चांगल्या प्रकारे माहीत होते. दुसऱ्या बाजूला परमहंस यांनी 'मी ब्रह्म आहे', असे म्हणणे म्हणजे पापच नाही तर महापाप असल्याचे नरेंद्र म्हणत. एका वेळी दक्षिणेश्वरातील केशवचंद्र सेन असे प्रमुख ब्रह्मोसमाजी नेते बसून परमहंस यांची वाणी ऐकत होते. काही वेळा नंतर ब्रह्मो समाजी निघून गेले तरीही नरेंद्र अजून तिथेच होते. इतक्यात अचानक परमहंस म्हणाले, 'मी भावावस्थेत पाहिले की केशवचंद्र सेन यांना ज्या शक्तींच्या आधारे प्रतिष्ठा मिळविली आहे, तशा अठरा शक्ती नरेंद्रकडे आहेत. केशव आणि विजयच्या मनात ज्ञानदीप चेतला आहे, तर नरेंद्रमध्ये ज्ञानसूर्य विद्यमान आहे."

अशा प्रकारचे कौतुक नरेंद्रला अयोग्य वाटत असे. ते म्हणाले, "तुम्ही काय म्हणता? कुठे जगप्रसिद्ध केशवचंद्र सेन आणि कुठे मी एक शालेय विद्यार्थी.

लोकांनी हे ऐकले तर ते तुम्हाला वेडा म्हणतील."

"मी तरी काय करू? मातेने जे दाखविले ते मी सांगितले," हासत परमहंस म्हणाले.

"मातेने दाखविले की तुमच्या मनाचा विचार आहे? " अविश्वासाने नरेंद्रने विचारले.

"असे असते, तर हा माझ्या मनाचा विचार आहे, असे मी सांगितले असते."

परमहंसवर अगाध श्रद्धा असणारे म्हणतात, की ते माता महाकालीशी बोलत असत. यावर परमहंस यांचे अनुयायी गोंधळून जात असत. नरेंद्रच्या प्रबळ तर्कासमोर त्यांना गप्प रहावे लागत असे. अनेक ब्रह्मोसमाजीही त्यांच्यावर अगाध श्रद्धा ठेवीत असत. विजय गोस्वामी नावाच्या एका गृहस्थाने परमहंस यांच्यामुळे प्रभावित होऊन ब्रह्मोसमाजाता जाणे सोडले होते. त्यानंतर मग ब्रह्मो समाजातील अनेकांनी परमहंस यांच्याकडे जाणे सोडून दिले होते कारण परमहंस यांच्या प्रभावाखाली येऊन तेही ब्रह्मोसमाजात येणे सोडतील, अशी त्यांना भीती वाटत होती. नरेंद्रनाथ मात्र नियमितरित्या दक्षिणेश्वरात जात येत असत. शिवनाथ नावाचे एक ब्राह्मण परमहंस यांच्याकडे जावे यासाठी आपल्या सोबत्यांवर दबाव टाकीत असत. परमहंसांपासून विमुख करण्यासाठी ते नरेंद्रनाथांना म्हणाले, "श्रीरामकृष्ण यांच्यासाठी समाधी वेगैरे त्यांच्या स्नायुचा दुबळेपणा आहे. अत्यंत कठोरपणे सराव केल्यामुळे त्यांचे शरीर दुबळे झाले असून मानसिक संतुलन बिघडले आहे."

परमहंस यांच्यावर खोटे आरोप केले जात असल्याचे नरेंद्रला कळले होते. तरीही त्याचे प्रतित्युत्तर त्यांनी दिले नाही. ते परमहंसांना अजून ओळखू शकले नाहीत. इतक्या दिवसांपासून नरेंद्र ब्रह्मोसमाजाचे सदस्यत्व करीत होते, पण या समाजाच्या प्रार्थनेमुळे त्यांच्या मनाला शांतता मिळत नव्हती. परमेश्वराचा साक्षात्कार करण्यासाठी त्यांचे मन सदा असुसलेले होते. इतर ब्रह्मांचीही अशीच अवस्था होती. यामुलेच हळूहळू का होईना, पण ब्रह्मोसमाजाकडून निराशा होत होती.

याच घालमेलीत एके दिवशी ते घरून निघून गंगेच्या तिरावर पोहचले. त्यावेळी देवेंद्रनाथ ठाकून नावेवर होते. नाव काठावर आल्यावर नरेंद्रही त्यात चढला. वास्तविक पाहता देवेंद्रनाथ त्या काळात नावेतच रहात असत. त्यावेळी ते नावेवर

असलेल्या कुटीत ध्यानमग्न होते. दरवाजाला धक्का मारून नरेंद्रनाथ आत गेले. त्यामुळे त्यांची समाधी भंग पावली. आत गेल्यावर कोणत्याही प्रकारचे प्रास्ताविक न करता नरेंद्रने त्यांना प्रश्न केला, "तुम्ही परमेश्वराला पाहिले आहे का?" या अचानक आलेल्या प्रश्नामुळे देवेंद्रनाथ आश्चर्यचकीत झाले. थोड्या वेळाने ते म्हणाले, "नरेंद्र, तुझ्या डोळ्यात पाहून मला असे वाटते, की तू एक योगी आहेस." त्यानंतर त्यांनी नरेंद्रला सल्ला दिला की त्यांनी ध्यानाचा सतत सराव करावा. त्यातूनच तुम्हाला आत्मसाक्षात्कार होईल.

या सल्ल्याने नरेंद्रची जिज्ञासा शांत झाली नाही. ते निराश होऊन तिथून परतले. महर्षी देवेंद्रनाथ यांनी नक्कीच परमेश्वराचे दर्शन केले असावे, असे त्यांना वाटत होते. त्यामुळे त्यांच्यावर त्यांची श्रद्धा होती. आता काय करायला हवे, कोणाकडे जावे, ते त्यांना कळत नव्हते.

गुरूची परीक्षा

आत्मसाक्षात्कार न झाल्यामुळे नरेंद्रनाथाच्या मनातील अशांतता वाढत होती. त्यांना तत्त्वज्ञानातील सिद्धांतांचीही विरक्ती होऊ लागली. कारण त्यामुळे ब्रह्मज्ञान होणार नाही, असे त्यांना वाटू लागले होते. तत्त्वज्ञानाची पुस्तके व्यर्थ असल्याची समजून त्यांनी टाकून दिले. रात्रभर वैचरिक मंथन सुरू असल्यामुळे ते चांगले झोपूही शकले नाहीत. सकाळी उठल्यावर ते थेट दक्षिणेश्वराला गेले. त्यावेळी श्रीरामकृष्ण आपल्या शिष्यांना प्रवचन देत होते. देवेंद्रनाथला विचारला तोच प्रश्न परमहंस यांना विचारण्याच्या त्यांचा विचार होता, पण तेही अस्पष्टपणे उत्तर देतील की काय, अशी त्यांना भीती वाटत होती. शेवटी त्यांना राहवले नाही आणि त्यांनी विचारले, "महाराज, तुम्ही देवाचे दर्शन घेतले आहे का?"

परमहंस हासत हासत म्हणाले, 'बाळा, मी देवाचे दर्शन घेतले आहे. तुला आता या क्षणी पाहतो आहे, तितक्या स्पष्ट स्वरूपात मी देवाला पाहिले आहे."

नरेंद्र आश्चर्यचकीत झाले. त्यांनी परत काही विचारण्यापूर्वीच परमहंस पुढे म्हणाले, "तुलाही परमेश्वराचे दर्शन करायचे आहे का? माझ्या सांगण्याप्रमाणे तू वागलास, तर तुलाही परमेश्वराचे दर्शन होऊ शकते."

परमहंसाच्या या शब्दाने नरेंद्रनाथमध्ये एक नवीन आशा संचारली. त्यांना कोणत्याही प्रकारे संशय आला नाही. आपल्याला श्रीरामकृष्ण यांच्यासारख्या मार्गदर्शकाची आवश्यकता असल्याचे त्यांना कळून चुकले; पण परमेश्वराचे दर्शन करणे इतके सोपे नसल्याचेही त्यांना माहीत होते. अजूनही तसे ते ब्राह्मो समाजाचे सदस्य होते. ब्राह्मो संस्कारापासून इतक्या लवकर मुक्त होणे शक्य नव्हते. त्याच बरोबर आपल्या भावी गुरूची त्यांना परीक्षाही घ्यायची होती.

इकडे अनेक दिवसांपासून ते दक्षिणेश्वराला गेले नाही. त्यांचा विरह परमहंसाना असाह्य झाला. रविवारी सर्व जण ब्राह्मो प्रार्थनेला उपस्थित होत असत. एका रविवारच्या संध्याकाळी नरेंद्रला भेटण्यासाठी ते स्वतः साधारण समाजाच्या प्रार्थनेत पोहचले. ब्राह्मोसमाजातील अनेक आचार्य परमेश्वरावर व्याख्याने देत होते. परमहंस त्यांच्याकडे गेले. त्यांच्या येण्याचे कारण नरेंद्रला कळले, मंचावर असलेल्या कोण्याही अचार्याने किंवा इतर कोणाही ब्राह्मोने परमहंसांना काहीच बोलले नाहीत, हे पाहून नरेंद्रला खूप दुःख झाले. इतकेच नाही, तर त्यांच्या चेहऱ्यावरील हावभाव पाहून असे वाटत होते, की त्यांना परमहंस यांचे येणे आवडले नाही. परमेश्वरावरील प्रवचन ऐकताना ते उभ्या उभ्याच ध्यानमग्न झाले. ते खाली पडणार इतक्यात नरेंद्रने त्यांना सावरले. दुसऱ्या कोणाही ब्राह्मो समजाने त्यांना मदत केली नाही. परमहंस यांचे हे रूप पाहण्यासाठी तिथे असलेले सामान्य लोक आश्चर्यचकीत झाले होते, पण संकुचित मनोवृत्तीच्या ब्राह्मो समाजींनी वाती विझवल्या. नरेंद्रनाथांनी कसे तरी परमहंस यांना मागील दाराने बाहेर काढले आणि त्यांना दक्षिणेश्वराला पाठविले.

परमहंस यांच्याशी अशा प्रकारे ब्राह्मो समाजाचे उपेक्षितरित्या वागणे पाहून नरेंद्रला खूप वाईट वाटले. या घटनेमुळे ब्राह्मो समजावरील त्यांचा विश्वास पूर्णपणे उडाला. त्यानंतर ते कधीही ब्राह्मोसमाजाच्या प्रार्थनेला गेले नाहीत. त्यांनी ब्राह्मो समाजाशी आपले सर्व संबंध तोडून टाकले. याच एका घनेमुळे नरेंद्रनाथ ब्राह्मो समाज आणि परमहंस यांच्यात तुलना करू लागले. एकीकडे ते निश्चल परमहंसाना पाहत असत तर दुसरीकडे ते परमेश्वराच्या प्रार्थनेत विनंती करणारे ब्राह्मोंना. प्रार्थना करताना ब्राह्मोंचे रडणे आणि आपली निंदा करणे नरेंद्रला आधीच आवडत नव्हते.

माणसाने स्वतःला हीन समजावे, असे त्यांना वाटत नव्हते. प्रत्येक अतार्किक वागण्याला ते विरोध करीत. त्यामुळे अनेक ब्रह्मो आधीपासूनच त्यांचे विरोधक होते. श्रीरामकृष्ण परमहंसांना त्यांचे हे गुण आधीपासूनच माहीत होते आणि त्यांच्या स्पष्टवादीपणाचे कौतुक करीत असत.

लहानपणापासूनच नरेंद्रनाथ तर्काला महत्त्व देत असत. आता त्यांचा ब्रह्मो समाजाशी काहीही संबंध राहिला नव्हता, तरीही परमहंस यांना इतक्या लवकर शरण जाणे त्यांना शक्य नव्हते. त्यांना त्यांची आणखी परीक्षा घ्यायची होती. याच उद्देशाने ते त्यांच्याकडे जास्त वेळा जाऊ लागले होते आणि कधी कधी ते रात्रीही दक्षिणेश्वरात राहत असत. परमहंस काही म्हणाल्यावर ते त्यांचे म्हणणे हासण्यावर नेत असत. त्यामुळे परमहंसाचे इतर शिष्य त्यांना गर्विष्ट समजत असत. पण जे लोक नरेंद्रला चांगल्या प्रकारे ओळखत होते, त्यांना नरेंद्रच्या अशा वागण्याचे दुःख किंवा आश्चर्य होत नसे. एके दिवशी परमहंस त्यांना म्हणाले, "नरेंद्र माझे म्हणणे तू काळजीपर्वूक ऐकत नाहीस, तर इथे कशाला येतोस? "

नरेंद्र पटकन म्हणाला, "तुमच्यावर प्रेम आहे, म्हणून येतो, तुमचे बोलणे ऐकायला येत नाही."

इतर लोकांना नरेंद्रचे हे उत्तर अतिशय उद्दामपणाचे वागले. आपण अयोग्य काही तरी बोलले असल्याचे नरेंद्रलाही जाणवले. परमहंस मात्र त्यांच्या या उत्तराने आनंदी झाले. परमहंस यांच्याशी हास्य विनोद करायलाही नरेंद्र मागे पाहत नसत. एके दिवशी ते म्हणाले, "पुराणात असे लिहिले आहे, की राजा भरत हरणाचा विचार करीत करीतच मेले म्हणून मेल्यानंतर ते हरीण झाले. तुम्ही नेहमी माझा विचार करता त्यामुळे तुमचीही अवस्था माझ्यासारखीच होईल." यावर परमहंस अतिशय प्रेमाने म्हणाले, "खरेच आहे. तुला बघितल्याशिवाय मी राहू शकत नाही.मगा दुसरे काय होणार? "

एके दिवशी परमहंस आपल्या शिष्यांना उपदेश करीत असतानाच अचानक काय माहीत कशामुळे ते पळत पळत मंदिरातील काली मूर्तीकडे गेले. थोड्या वेळाने ते हासत हासत परतले आणि नरेंद्रला म्हणाले, "जा मूर्खा, मी तुझे म्हणणे ऐकत नाही. मातेने मला सांगितले की तू नरेंद्रला साक्षात नारायण समजतोस, म्हणून त्याच्यावर प्रेम करतोस. ज्या दिवशी तू त्याच्यात नारायण पाहणार नाहीस, तेव्हापासून त्याचे तोंडही पाहणार नाहीस."

अशाच प्रकारे एके दिवशी श्रीरामकृष्ण आपल्या शिष्यांना बोलत होते. ते आपल्याकडे इशारा करीत म्हणाले, ''याच्या आत राहणारी 'शक्ती' आहे.'' मग नरेंद्रकडे इशारा करीत ते म्हणाले, ''त्याच्यात राहणारा पुरूष आहे. ते माझे सासर आहे.''

त्यांचे असे बोलणे वेडेपणा आहे, असे समजून नरेंद्रनाथ हासले. नरेंद्रशी परमहंस यांचे वागणे लहान मुलांसारखे होते. त्याला नरेंद्र काही महत्त्व देत नसे आणि त्यांचे म्हणणे हासण्यावर नेत असे. परमहंस यांनीही ही गोष्ट समजत होती.

एके दिवशी सूर्यास्ताच्या वेळी श्रीरामकृष्ण परमहंस नेहमीप्रमाणे आपल्या भक्तांना परमेश्वर, परमार्थ अशा विषयांवर उपदेश करीत होते. हळुहळू सूर्य नारायण आपल्या किरणांना जमा करीत होते. थोड्या वेळानंतर मंदिरात पूजा होणार होती. परमहंस आपल्या सर्व शिष्यांना उपदेश करीत होते, तरीही त्यांचे सर्व लक्ष नरेंद्रकडेच होते. अचानक ते आपल्या जागेवरून उठले आणि नरेंद्रकडे जवळ गेले. त्यांनी आपला उजवा पाय नरेंद्रच्या खांद्यावर ठेवला. या स्पर्षाने नरेंद्रला जी अनुभूती झाली, ती खरोखरच अवर्णनीय होती. या अवस्थेचे वर्णन करताना स्वामी विवेकानंद यांनी लिहिले आहे,

''त्यावेळी माझा अपूर्व भावांत झाला. भोवतालच्या सर्व वस्तू अनंतात विलीन होत असल्याचा मला अनुभव येऊ लागला. शेवटी माझ्यातील 'मी' ही त्यात विलिन होऊ लागला. मी भीतीयुक्त आश्चर्याने चित्कारलो, तुम्ही हे काय केले आहे, तुम्ही माझे माय-बाप आहात...''

त्यानंतर श्रीरामकृष्ण परमहंस यांनी त्यांच्या वक्षावर हात ठेवला. तेव्हा ते सामान्य अवस्थेत आले. त्यानंतर एखादा अदभूत व्यक्ती आपल्या समोर उभा आहे, असे त्यांना वाटले. ते (परमहंस) हासत होते. आजपर्यंत नरेंद्रनाथ त्यांची खिल्ली उडवित असत, आपल्या तर्कशक्तीवर त्यांचा अधिक विश्वास होता, पण या अनुभवाने त्यांचा बौद्धिक कायाकल्प झाला. या महापुरूषाच्या अहैतुच्या कृपेने त्यांना शक्तिपाताची अनुभूती झाली होती. आपल्या तर्कबुद्धीचा त्यांना असलेला अभिमान चूर चूर झाला होता. जी व्यक्ती फक्त आपल्या स्पर्शाने आपल्याला अलौकिक अनुभव देऊ शकते, त्याला वेडा म्हणणे हा आपला वेडेपणा असल्याचे त्यांना आता कळाले होते. तरीही त्यांच्या मनातून संशय गेला नव्हता. परमहंस

यांनी आपल्याला संमोहित तर केले नसेल ना, असा विचार दुसऱ्याच क्षणी त्यांच्या मनात आला. त्यामुळे याबाबतीत यापुढे अधिक सावध राहण्याचा त्यांनी मनात पक्का निश्चय केला.

या दिवसात नरेंद्र बी. ए. चे विद्यार्थी होते. या अभ्यासासोबतच ते प्रसिद्ध अटार्नी निमाईचंद्र वसु यांच्याकडे अटर्नीचे कामही शिकत होते. त्यांचे वडील त्यांचा विवाह करण्यासाठी अधिक सक्रिय झाले होते. त्यांच्या दक्षिणेश्वरला जाण्याविषयी वडिलांना माहिती होती, पण हे काळजी करण्यासारखे आहे, असे त्यांना वाटत नव्हते.

नरेंद्रच्या घरी नेहमी गर्दी राहत असे. त्यामुळे ते रामतनु वसुलेनमध्ये आपल्या आजीकडे एका खोलीत राहत असत. त्यामुळे त्यांना अभ्यासाला वेळ मिळत असे. वडील विश्वनाथ दत्त एक संपन्न व्यक्ती होते, तरीही नरेंद्र अतिशय साधेपणाने राहत असत. त्यांचे आंथरून अतिशय साधे होते. त्यावर नेहमी पुस्तके विखुरलेली असत. काही आवश्यक साहित्य आणि एका तानपुऱ्याशिवाय दुसरे काहीही नसे. ते पूर्ण ब्रह्मचर्याने वागत आत्मसंयमनाची साधना करीत असत.

ते हळूहळी रामकृष्ण परमहंस यांच्यामुळे प्रभावित होत होते. त्यांच्या घरच्यांना त्यांच्या दक्षिणेश्वरला जाण्याला विरोध नव्हता; पण एका सन्यांशाशी अशा प्रकारची जवळिक त्यांना मान्य नव्हती. विवाहासाठी कोणी सहमत करण्याचा त्यांना प्रयत्न केला, तर ते त्याला खूप विरोध करीत असत. त्यामुळेच त्यांनी परमहंस यांच्याशी जास्त संबंध ठेवावा असे घरच्यांना वाटत नव्हते.

बी.ए. ची परीक्षा जवळ आली होती. त्यानंतर त्यांचा विवाह करावा, असे नरेंद्रच्या वडिलांना वाटत होते. विवाहासाठी नरेंद्रला तयार करण्याची जबाबदारी नरेंद्रच्या मित्रावर सोपविण्यात आली. एके दिवशी त्यांचे मित्र त्यांना अनेक प्रकारे समजावू लागले, की आत्मा, परमात्मा, सत्संग याच्या चक्रात अडकणे व्यर्थ आहे. ज्यामुळे आपले जीवन सुखी होईल, असेच काम माणसाने करायला हवे. मित्रांच्या अशा प्रकारच्या तर्कामुळे ते दुःखी झाले. म्हणाले, 'सन्यांस हे मानवी जीवनाचे उच्च ध्येय असायला हवे.' मानवी जीवनात सुखाच्या मागे धावणे मूर्खपणा आहे. परमसुख परमात्मा प्राप्त करण्यासाठी प्रयत्न करायला हवेत.

नरेंद्रनाथ सन्यांशाचा महिमा समजावून सांगू लागले, तर त्यांचे मित्र हे व्यर्थ असल्याचे सिद्ध करण्याचा प्रयत्न करू लागले. त्यांचा तर्क कोणत्याही प्रकारे स्वीकारायला नरेंद्रनाथ तयार झाले नाहीत. तेव्हा त्यांचा एक मित्र म्हणाला, "नरेंद्र, परमेश्वराच्या कृपेने तुला बुद्धी आणि प्रतिभा मिळाली आहे. तू ठरविले तर तू जीवनात बरेच काही करून दाखवू शकतोस; पण श्री रामकृष्ण परमहंस यांनी तुमची बुद्धी भ्रष्ट केली आहे, असे वाटते. तुला आपले भले करायचे असेल, तर त्या वेड्या सन्यांशाचा नाद सोडून दे. नाही तर तुझा सर्वनाश ठरलेला आहे."

नरेंद्र त्यांचे म्हणणे ऐकत राहिले. थोडा वेळ गप्प राहिले. मग आपल्या खोलीत फिरू लागले. नंतर ते गंभीर झाले आणि म्हणाले, "बंधुनो, तुम्ही परमहंस यांना ओळखू शकले नाहीत. तुम्हीच काय; पण मीही इतके दिवस त्यांना ओळखू शकलो नाही. तरीही ते मला का आवडतात, ते मला माहीत नाही." मित्र याच्यापुढे काहीही बोलू शकले नाहीत.

पितृशोक

बी.ए. ची परीक्षा संपली. परीक्षेसाठी नरेंद्रने कठोर परिश्रम केले होते. या दिवसात ते स्वतःला खूप मोकळे मोकळे समजत होते. मित्र त्यांना सोबत घेऊन जात असत. मित्रमंडळी एखाद्या ठिकाणी जमा होते असे. त्यांच्यात मग खूप गप्पा रंगत असत. हास्य विनोद, गाणे बजावण्याच्या मौफिली झडत असत. इच्छा नसतांनाही मित्रांच्या आग्रहामुळे नरेंद्र यात सहभागी होत असत. एके दिवशी रात्रीच्या वेळी नरेंद्र अशाच प्रकारे मित्रांच्या मैफलिती रमले होते. अशात एक व्यक्ती तिथे आली आणि हृदयक्रिया बंद पडल्यामुळे त्यांच्या वडीलांचे निधन झाल्याची बातमी त्याने सांगितली. ही बातमी नक्कीच वज्राघातासारखी होती. ते तिथून तातडीने निघाले. घरी पोहचल्यावर त्यांनी पाहिले की आई, बहिणी, कुटुंबीय असे सर्व जण वडिलांच्या मृतदेहाशेजारी बसले होते. नरेंद्रही आपले आश्रू अडवू शकले नाहीस.

वडिलांच्या मृत्यूनंतर कुटुंबावर आर्थिक संकट आले. विश्वनाथ दत्त जितके कमावित असत, तितके खर्च करीत असत. भविष्य आणि मुले बाळे यांच त्यांनी काहीही विचार केला नाही. विधवा आईला कुटुबांचे पालन पोषण करण्याची जबाबदारी सतवू लागली. आता आपण काय करावे ते नरेंद्रला कळत नव्हते. वडील असताना या विषयावर

विचार करण्याची त्यांच्यावर कधीही वेळ आली नव्हती. या विषय़ावर कोणाही मित्राला काही सांगावे असे त्यांना वाटत नव्हते. मोठा मुलगा असल्यामुळे आता कुटुंबाचे पालन पोषण करण्याची जबाबदारी आता त्यांच्यावरच होती. एकीकडे त्यांना कायद्याच्या परीक्षेची तयारी करायची होती, तर दुसरीकडे अशी परिस्थिती निर्माण झाली.

कायद्याच्या परीक्षेची तयारी करण्याबरोबरच नरेंद्र आता आपल्यासाठी नोकरीही शोधू लागले. ससारी जीवनात हा त्यांच्यासाठी भीषण संघर्षाचा काळ होता. सतत तीन चार महिने इकडे तिकडे भटकूनही त्यांना एकही नोकरी मिळाली नाही. यावेळी त्यांच्या कुटुंबाची अवस्था खरोखरच दयनीय झाली होती. इतकी की घरच्यांना पोटभर खायलाही मिळत नव्हते. जे काही मिळेल, त्याचा वापर करून आई कसे तरी जेवण तयार करीत होती. मुलांना काही म्हणत नसे. घराची ही अवस्था नरेंद्रपासून लपून राहिली नाही. अशा वेळी ते अनेक वेळा, ‘मला कुठे तरी निंमंत्रण आहे, ’ असे सांगून बाहेर निघून जात आणि उपाशीच रहात असत. अशा प्रकारे अनेक दिवस ते दिवसातून एका वेळीच जेवण करीत असत. परिणामी ते खूप अशक्त झाले. त्यांचे अनेक मित्र त्यांना आर्थिकम मदत करायला तयार होते, पण जन्मापासूनच स्वाभिमानी असलेल्या नरेंद्रला अशा प्रकारे कोणाची मदत घेणे आपल्या तत्त्वांच्या विरूद्ध वाटत असे. मित्रांनाही त्यांचा हा स्त्रभाव माहीत होता, पण ते तरी काय करतील. नरेंद्र उपाशी राहिल्याचे ते पाहू शकत नव्हते. त्यामुळे सर्व मित्र आळीपाळीने त्यांना जेवणासाठी आमंत्रित करीत असत.

वडिलांच्या काळात त्यांचे जे मित्र खरे शुभचिंतक असल्याचा दावा करीत असत, तेही आता परिस्थिती बदलल्यावर तोंड वळवून पळू लागले. या काळात नरेंद्रची स्थिती दरिद्री झाली होती. या जखमेवर मीठ चोळले जावे, तसे आणखी एक संकट त्यांच्यावर येऊन कोसळले. नरेंदच्या कुटुंबातीलच दुसऱ्या एका व्यक्तीने त्यांच्या पारंपरिक घरावर आपला दावा सांगत खटला दाखल केला. नरेंद्रची परमेश्वरावर अगाध श्रद्धा होती. एके दिवशी सकाळी उठल्याबरोबर नरेंद्रने नेहमीसारखे देवाचे नाव घेतले तेव्हा त्यांची आई ओरडली, ‘बस कर, गप्प बस. लहानपणापासून देव, देव. त्या देवानेच तर हे दिवस दाखविले आहेत.’

धर्मश्रद्ध आईमध्ये अशा प्रकराच बदल झालेला पाहून नरेंद्रला काहीही आश्चर्य वाटले नाही; पण अशा प्रकारच्या विपन्न अवस्थेतही परमेश्वराला आपली दया कशी

काय येत नाही, याचा विचार मात्र ते करू लागले. परमेश्वर इतका कठोर झाला आहे का? त्याला दयाळू, शिव असे म्हणणे खरोखरच अयोग्य आहे का? अशा प्रकारे नरेंद्र आपल्या मनातील संशय कधी कधी मित्रांसमोरही व्यक्त करीत असे. त्यामुळे नरेंद्रचा आता देवावर विश्वास राहिला नाही, असे आता लोक समजू लागले. नरेंद्र नास्तिक झाला आहे, अशीही आता चर्चा सुरू झाली. दुर्जनामधील अशा प्रकारच्या संवादाची मालिका सज्जनालाही दुष्ट सिद्ध करते. नरेंद्र पतीत झाला आहे, असेही आता हळूहळू बरेच लोक म्हणू लागले. आपल्या व्यस्ततेमुळे या दिवसांत नरेंद्र दक्षिणेश्वराला जाऊ शकले नाहीत. श्रीरामकृष्ण परमहंस यांना नरेंद्रची वास्तव परिस्थिती माहीत होती. नरेंद्रला भेटण्यासाठी त्यांचे मन व्याकुळ झाले होते. नरेंद्रला बोलावण्यासाठी त्यांनी काही लोकांनाही पाठविले. नरेंद्रची होत असलेली बदनामीची परीक्षा पाहण्यासाठीही काही लोक मुद्दाम गेले. त्यांच्या बोलण्याच्या पद्धतीवरून नरेंद्र त्यांच्या येण्याचे कारण ओळखीत असत. त्यांनाही परमहंस यांनीच आपल्याकडे पाठविले असावे, असे त्यांना वाटे. त्यामुळे परमहंस यांच्या बद्दलही ते आवेशात कटु शब्दांचा वापर करू लागले.

यातील काही लोक परमहंस यांच्याकडे गेले आणि नरेंद्रच्या वागण्यामुळे संतप्त होऊन तो पतीत झाल्याचे सांगू लागले. भीषण परिस्थितीत खिन्न झाल्यामुळे नरेंद्रच्या तोंडून असे शब्द येत असल्याचे परमहंस यांना माहीत होते. त्यांनी त्या लोकांना फटकारले, 'चूप बसा मुर्खांनो. मातेने (काली) मला सांगितले आहे, की असे कधीही होऊ शकत नाही. पुन्हा असे म्हणाल तर तुमचे तोंड पाहणार नाही.'

सर्व जण नरेंद्रची निंदा करीत होते, असे नाही. त्यांची वास्तविक परिस्थिती माहीत असलेले लोक त्यांचे कौतुक करीत होते. नरेंद्रला कोणापुढे याचना करायची नव्हती, मग तो परमेश्वर असला तरीही. त्यामुळेच ते परमहंस यांच्याकडेही जात नव्हते. अर्थात परमहंस यांच्याबद्दल त्यांच्या मनात अपार श्रद्धा होती. त्या काळात परमेश्वराची निंदा करण्याची एकही संधी सोडीत नव्हते; याचा अर्थ ते खरोखरच नास्तिक झाले होते असे नाही. वास्तविक आर्थिक परिस्थितीमुळे त्या काळात ते चिडचिडे झाले होते. कधी कधी ते एकांतात विचार करीत असत, की संसारिक बंधनात बांधुन घेण्यासाठीच माझा जन्म झाला आहे. कौटुंबिक जबाबदाऱ्यांचे पालन करणे हेच माझे जीवन आहे का? मग काय झाले काय माहीत, त्यांनी अचानक गृहत्याग करण्याचा निर्णय घेतला.

परमहंसांची कृपा

याच काळात परमहंस कुणाच्या तरी घरी आले होते. याची माहिती कळल्यावर नरेंद्रनाथ तिथे गेले. वास्तविक परमहंस यांच्या आज्ञेने त्यांना सन्यांस घ्यावयाचा होता. तिथे गेल्यावर परमहंसांनी त्यांना दक्षिणेश्वराला येण्याचा आदेश दिला. दुसऱ्या दिवशी त्यांना तिथे जावे लागले.

नरेंद्र तिथे गेले तेव्हा परमहंस आपल्या शिष्यांसोबत बसले होते. नरेंद्रही तिथे एका ठिकाणी बसला. परमहंस त्यांना टक लावून पहात होते. त्यांच्या डोळयातून अविरत आश्रूधारा वाहू लागल्या. ते काहीही बोलत नव्हते. त्यांचे असे वागणे पाहून नरेंद्रच्या डोळयांतूनही आश्रू वाहू लागले. दोघेही पापणी न लवता परस्परांना पाहत होते. तो दोन आत्म्यांमधील मूकसंवाद होता. तो इतर कोणालाही समजू शकत नव्हता. बराच वेळ दोघेही याच अवस्थेत होते. मग परमहंस उठून उभे राहिले. त्यांनी मौन तोडले आणि म्हणाले, ‘‘बाळा, कामिनी आणि कांचनाचा त्याग केल्याशिवाय काहीही होणार नाही.’

त्या रात्री नरेंद्रनाथ परमहंस यांच्याजवळच राहिले. परमहंस यांनी त्यांना अनेक प्रकारे समजावून सांगितले, की हे शरीर आहे तोपर्यंत त्यांना या जगात रहावे लागणार आहे. त्यांनी एखाद्या विशेष उद्देशाने या जगात जन्म घेतला आहे, यावर अधिक भर दिला.

घराच्या खटल्यामुळे आधीच नरेंद्र उदास आणि दुःखी झाले होते. आई भूवनेश्वरी देवीही या खटल्यामुळेच दुःखी झाली होती. नरेंद्रने तिला धीर दिला आणि पूर्ण मनाने खटल्याची तयारी करू लागले. कुटुंबातील त्यांच्या विरोधकांना घरातील चांगला भाग हवा होता. नरेंद्र आणि त्याच्या आईची आर्थिक स्थिती चांगली नसल्यामुळे ते हारतील, असे त्यांना वाटत होते. नरेंद्रकडे वकील लावण्यासाठीही पैसे नव्हते; पण त्यांच्या वडिलांचे मित्र बॅरिस्टर उमेशचंद्र बंडोपाध्याय यांनी हा खटला लढण्याची जबाबदारी स्वीकारली.

या खटल्यासाठी नरेंद्रनाथालाही कोर्टात जावे लागले. ते अतिशय निर्भिडपणे प्रतिपक्षाच्या वकिलाने विचारलेल्या प्रश्नाला उत्तरे देत असत. त्यांचा हा निर्भिडपणा आणि तर्कशक्ती पाहून न्यायाधिशही प्रभावित झाले. असे म्हणतात, की ते

न्यायालयातच म्हणाले, 'हे युवका, तू एक यशस्वी वकील होशील.' शेवटी या खटल्याचा निकाल नरेंद्रच्या बाजूने लागला.हा निकाल सांगण्यासाठी ते आपल्या आईकडे निघाले तेव्हा प्रतिपक्षाच्या वकिलांने त्यांचा हात धरला. त्यांचे कौतुक करीत तो म्हणाला, 'नरेंद्र, न्यायाधिश योग्यच म्हणाले. तू वकील व्हावेस हेच योग्य आहे. तुझ्या उज्ज्वल भवितव्यासाठी माझ्या शुभेच्छा आहेत."

घरी जाऊन नरेंद्रने आईला खटला जिंकल्याची माहिती दिली. आई सदगदित झाली. तिने नरेंद्रला मिठी मारली. वास्तविक पाहता अशा निर्धन अवस्थेत त्यांचे घरही गेले असते, तर त्यांना विश्रांतीसाठीही जागा मिळाली नसती.

हा खटला जिंकला होता, तरीही कुटुंबाच्या पालन पोषणाची समस्या पहिल्यासारखीच कायम होती. या विषयीही श्रीरामकृष्ण परमहंस यांचा आशीर्वाद घ्यायला हवा, असा नरेंद्रने विचार केला. ते दक्षिणेश्वराला गेले. ते परमहंस यांना म्हणाले, 'महाराज, माझ्या कुटुंबियांना फक्त दोन वेळचे पोटभर जेवण मिळावे यासाठी भगवती काली मातेला विनंती करा.' त्यांचे म्हणणे ऐकून ते म्हणाले, 'हे बघ, मी मातेकडे काहीही मागत नाही. तुमचे कल्याण व्हावे, यासाठी मी मातेला विनंती केली होती. तुझा मातेवर विश्वासच नाही, त्यामुळे माता तुझे म्हणणे ऐकत नाही. "

नरेंद्र काय बोलणार? त्याने मान खाली घातली. परमहंस आपल्या या शिष्याला दुःखी झालेले पाहू शकत नव्हते; पण त्याची त्यांना परीक्षा घ्यायची होती. ते म्हणाले, 'मातेच्या कृपेशिवाय काहीही होणार नाही.' त्यांनी हे वाक्य अनेक वेळा म्हटले; पण नरेंद्र काही बोलला नाही. त्यामुळे मग परमहंसच म्हणाले, 'ऐक, आज मंगळवार आहे. आज रात्री मातेच्या मंदिरात जाऊन मातेला वंदन कर. तेव्हा तू जे काही मागशील, ते माता तुला देईन.'

नरेंद्रचा या शब्दांवर विश्वास बसला की नाही याबाबत ठामपणे काहीही सांगितले जाऊ शकत नाही. तरीही ते असे करण्यासाठी सहमत झाले. संध्याकाळ झाल्यावर मंदिरात पूजा झाली. परमहंस सभागृहात फिरत कीर्तन करू लागले. त्यानंतर थोड्या वेळाने मनात अनेक प्रकारचे संशय घेऊन नरेंद्र काली मातेच्या मंदिरात गेले. ते मातेच्या मूर्तीसमोर हात जोडून उभे राहिले. ते ज्या उद्देशाने तिथे आले होते, तो उद्देश विसरून गेले आणि कातर स्वरात मातेला विनवू लागले, 'त्रिभूवन

जननी, मला विवेक दे, ज्ञान दे, वैराग्य दे, भक्ती दे. माते, माझ्यावर कृपा कर. ज्यामुळे मला सर्वत्र आणि नेहमी तुझेच दर्शन होईल.'

त्यानंतर ते परमहंस यांच्याकडे आले. त्यांनी विचारले, 'सांग, मग मातेला काय मागितले? ' त्यावेळी त्यांच्या विचारांना एक झटका बसला. ते काय मागण्यासाठी आले होते आणि काय मागून बसले. पण आता काहीही होऊ शकत नव्हते. हेही एक सत्य आहे, की त्यांनी जर संसारी सुख मागितले असते, तर ते विवेकानंद कसे काय झाले असते? श्रीरामकृष्ण म्हणाले, 'तू काही मागू शकला नाहीस,याचा अर्थ तुझ्या नशिबात संसार सुख नाही. तरीही तुझ्या कुटुंबाला काही तरी खायला आणि वापरायला कपडे मिळतील.' नरेंद्र इतक्यावरच समाधानी झाला. यापेक्षा अधिक त्यांनाही नको होते.

त्यानंतर थोड्याच दिवसात त्यांच्या कुटुंबाच्या उपजिवीकेचा प्रश्न निकाली निघाला. थोड्याच दिवसात नरेंद्रला एका अटर्नीच्या ऑफिसात काम मिळाले. त्याचबरोबर ते पुस्तकांचा अनुवादही करू लागले. त्यानंतर त्यांना विद्यासागर शाळेत शिक्षकाची नोकरी मिळाली. नरेंद्रने ही सर्व रामकृष्णाची कृपा असल्याचे ओळखले.

सन्यांस दीक्षा

कोलकत्यामधील समजात श्रीरामकृष्ण परमहंस हे एक सर्वाधिक श्रद्धास्पद व्यक्तिमत्त्व होते. शहरातील अनेक स्त्री पुरूष त्यांना परमेश्वराचा अवतार समजत असत. त्यांना भगवती महाकालीची सिद्धी प्राप्त होती. त्यांचे वचन ऐकण्यासाठी स्त्री पुरूष आणि मुलेही उत्सुक असत. त्यांचा आश्रम असलेले दक्षिणेश्वर त्यांच्या अनुयायांसाठी तीर्थस्थान झाले होते.

श्रीरामकृष्म परमहंस वास्तविक पाहता सिद्ध पुरूषांच्या त्या रांगेत जाऊन बसले होते, ज्यांच्या नुसत्या स्पर्षाने ज्ञानचक्षू उघड होते असत. त्याचा अल्पानुभव नरेंद्रलाही आला होता. वेदांत तत्त्वज्ञानानुसार ब्रह्मज्ञान झाल्यावरही शरीर असेपर्यंत त्याचा धर्म असतो. तसेच तेव्हा पूर्व जन्मातील कर्माचा वापरही करावा लागतो. त्यामुळेच इ.स. १८८५ च्या सुमारास परमहंस यांना घशाचा विकार झाला. हा आजार वाढतच चालला होता. श्रीरामकृष्ण याला नशिबाचे भोग समजत होते; पण त्यांच्या भक्तांना त्यांची खूप काळजी वाटत होती. त्यांच्यावर उपचार करण्यासाठी

भक्तांनी त्यांना कोलकत्याला आणले. त्यांच्यासाठी काशीपूर (उत्तर कोलकत्ता) मध्ये एक घर भाड्याने घेण्यात आले. अनेक मुले, तरूण, गृहस्थ त्यांची सुश्रुषा करू लागले. परमहंस यांची अस्वस्थता ऐकल्यावर नरेंद्रने शिक्षकाची नोकरी सोडली आणि ते काशीपूरला आले.

जे किशोर आणि युवक सेवा करीत होते, त्यांच्या पालकांना आता काळजी वाटू लागली होती. त्यापैकी अनेक आपल्या मुलांना नेण्यासाठी येत होते, पण त्यांना तिथून जायचे नव्हते. त्या सर्वांनी नरेंद्रला सांगितले. नरेंद्रने सर्वांच्या पालकांना निरूत्तर केले आणि तिथून परत पाठविले. सर्व लोक अनन्य भावे परमहंसांची सेवा करीत होते. डॉक्टरांचे उपचार सुरू होते. पण त्याचा काही उपयोग होत नव्हता. त्यांचा आजार वाढत चालला होता. त्यांच्या शिष्यांची काळजी वाढली. काही लोक तर अशीही चर्चा करू लागले की परमहंस यांचा ब्रह्मलीन होण्याचा काळ जवळ आला आहे. आपल्या गुरूची सेवा करण्यासाठी नरेंद्रने नोकरी सोडली होती. ते नरेंद्रकडून कोणत्याही प्रकारची सेवा करून घेत नव्हते, हे पाहून लोकांना आश्चर्य वाटत होते. नरेंद्र फक्त तेथील व्यवस्था पाहत होते.

काशीपूरमधील ज्या घरात श्रीरामकृष्ण थांबले होते, ते एका उद्यानात होते. त्यांचे भक्त तिथे तत्त्वज्ञान, इतिहास, धर्मशास्त्र, अध्यात्म या विषयांवर चर्चा करीत असत. त्यामुळे हळुहळू या उद्यानाला एखाद्या आश्रमाचे स्वरूप येऊ लागले. या काळात नरेंद्र आपल्या गुरूजवळ राहून आपल्या भावी जीवनाचा पाया घालीत होते. ते अतिशय आत्मविश्वासाने सन्यांशी जीवनातील नियमांचे कठोरपणे पालन करीत होते. अधून मधून ते परमहंसाच्या आज्ञेने ते दक्षिणेश्वराला जात असत आणि तिथे ध्यानाचा सराव करीत असत. त्यांच्या या सरावाने परमहंस पुलकित झाले. एके दिवशी ते नरेंद्रला म्हणाले, 'साधना केली म्हणून मला आठ सिद्धी प्राप्त झाल्या. मी त्यांचा कधी वापर केला नाही. त्या तू घे. तुला उपयोगी पडतील."

'महाराज, त्यामुळे परमेश्वर प्राप्ती होण्यासाठी मदत होईल?' नरेंद्रने प्रश्न विचारला.

'नाही, असे तर काही होणार नाही, पण यामुळे सर्व लौकिक इच्छा पूर्ण होतील." परमहंस म्हणाले.

'महाराज, मग असे असेल, तर मला त्यांची काही गरज नाही." नरेंद्रने त्याच क्षणी उत्तर दिले.

नरेंद्रची परीक्षा घेण्यासाठी रामकृष्ण परमहंस असे म्हणाले असावेत, असेही होऊ शकते. त्यांनी तसे केले असले तरीही नरेंद्र या कसोटीवर उतरले. या काळात ते रात्रंदिवस फक्त परमेश्वराचे चिंतन करीत असत. आता फक्त परमेश्वराचा साक्षात्कार इतकेच त्यांच्या जीवनाचे ध्येय उरले होते. तिथे आलेल्या सर्व युवकांनी सन्यांस घेण्याचे नक्की केले होते. परमहंस यांनीही आपल्या या तरूण सेवकांना सन्यांस दीक्षा देण्याचे नक्की केले होते. आपल्या समवयस्कांमध्ये नरेंद्र आघाडीवर होते. एके दिवशी शुभ मुहुर्त पाहून परमहंस यांनी सर्व शिष्यांना सन्यांस दीक्षा दिली.

केसरी वस्त्र धारण करून सर्व युवक सन्यांशी झाले. त्यावर गुरू महाराज श्री रामकृष्ण परमहंस यांनी त्यांना विचारले, 'तुम्ही लोक अभिमानाचा त्याग करून भिक्षेची झोळी खांद्याला अडकवून राजमार्गावर भिक्षा मागू शकाल?" इतके ऐकताच सर्व शिष्य भिक्षा मागण्यासाठी निघाले. त्यांनी भिक्षा मिळविली आणि ती शिजवून परमहंस यांच्या समोर ठेवली. त्या सर्वांनी ते अन्न प्रसाद म्हणून ग्रहण केले. तेव्हापासून अशा प्रकारे भिक्षा मागणे हेच त्यांच्या उदरनिर्वाहाचे साधन झाले.

बुद्धगया यात्रा

सन्यांस ग्रहण केल्यावर नरेंद्रने प्राचीन काळातील सन्यांशाचे जीवन आणि शिक्षणाचे अनुशीलन करायला सुरूवात केली. ते सकाळी याच विषयावर उपदेश करीत असत. त्यांना ध्यानाचा चांगला सराव झाला होता. ते कोणत्याही इष्ट विषयावर चित्त एकाग्र करू शकत असत. ते भगवान गौतम बुद्धाचा त्याग, साधना, करूणा यामुळे खूप प्रभावित झाले. बुद्धावर प्रवचन करीत असताना त्यांच्या डोळयातून आश्रूधारा वाहत असत. त्यामुळे आपल्या इतर दोन तरूण अनुयायांसह ते बुद्धगयाची यात्रा करण्यासाठी सज्ज झाले. या विषयी त्यांनी इतर कोणालाही काही सांगितले नाही. एके रात्री ते स्वामी शिवानंद आणि स्वामी अभेदानंद याच्यासह बुद्धगयेला निघाले. एप्रिल १८८६ मध्ये गंगा नदी पार करून ते तिन्ही सन्यांशी रेल्वेने बुद्धगयाला निघाले.

इकडे नरेंद्रनाथ आणि त्यांचे दोन शिष्य नसल्याचे पाहून त्यांचे गुरूबंधू काळजी करू लागले. त्यांनी सर्व शक्य ठिकाणी त्यांचा शोध घेतला. ते कुठेच मिळाले नाहीत तेव्हा परमहंस यांना सागितले. ते म्हणाले, 'काळजी करू नका. ते परत येतील. ते हे ठिकाण सोडू शकणार नाहीत.'

फल्गु नदीत स्नान केल्यावर नरेंद्रने आठ मैल दूर बुद्ध गयाचा पायी प्रवास केला. भगवान बुद्धाच्या मंदिराचे दर्शन घेतले. याच ठिकाणी बौद्ध वृक्षाच्या खाली गौतमबुद्धाला ज्ञानप्राप्ती झाली होती. नरेंद्र त्याच बोधवृक्षाच्या खाली ध्यानमग्न झाले. त्यांचे शरीर हलके झाले. त्यांची ही अवस्था पाहून काही तरी अनिष्ट झाल्याच्या भीतीने इतर दोन सन्यांसी घाबरले. त्यामुळे थोड्या वेळासाठी त्यांनी डोळे उघडले आणि पुन्हा ध्यानात मग्न झाले. याच अवस्थेत ते तीन दिवस राहिले.

शक्ति प्राप्ती

त्यानंतर ते काशीपूर मठात परत आले. ते पाहून इतर सन्यांशाना अपार आनंद झाला. आपली ज्ञानप्राप्तीची इच्छा परमहंस यांच्या सान्निध्यातच पूर्ण होऊ शकते, हे नरेंद्रला कळून चुकले. त्यामुळे ते पूर्ण मनोयोगाने सन्यांस साधना करू लागले. यामध्ये रामकृष्ण परमहंस त्यांना मार्गदर्शन करीत होते. एके दिवशी नरेंद्र अग्निकुंडासमोर ध्यान मग्न अवस्थेत बसले होते. त्यावेळी त्यांना असा अनुभव आला की योग्याकडे असणारी ती शक्ती आपल्याला प्राप्त झाली आहे, ज्या शक्तीमुळे योगी फक्त आपल्या स्पर्शानेच दुसऱ्याच्या जीवनातील दशा बदलू शकतो. त्यांनी स्वतः रामकृष्ण परमहंस यांच्या स्पर्शाने या शक्तिचा अनुभव घेतला होता. ही तीच शक्ती आहे की नाही, असा विचार करून तिची परीक्षा घेण्यासाठी ते उद्युक्त झाले. त्यांनी आपल्या एका गुरूबंधूला स्पर्श केला. त्यामुळे त्याच्या जीवनाची गतीच बदलली. त्याला सर्व ज्ञान प्राप्त झाले.

नरेंद्र अशा प्रकारे आपल्या शक्तीचा दुरूपयोग करीत आहे, हे पाहून परमहंस यांनी खेद व्यक्त केला. ते त्यांना दटावित म्हणाले, ‘संचय करण्याआधीच खर्च. सांग, आज तू त्याचे कसे काय अनिष्ट केलेस? ” त्यानंतर परमहंस यांनी त्यांना प्रेमाने समजावून सांगितले, की या शक्तीचा उपयोग कुठे आणि कसा करायचा.

सन्यांशी नरेंद्र आता पाश्चात्य तत्त्वज्ञानामुळे प्रभावित होऊन प्रत्येक गोष्टीवर तर्क करणारे चंचल नरेद्रं राहिले नव्हते आता ते धीर गंभीर मननशील नरेंद्र झाले होते. पाश्चात्य तत्त्वज्ञानाशी आता त्यांचा काही संबंध राहिला नव्हता. वेदांत आणि योगाची पुस्तके हाच त्यांच्या अभ्यासाचा विषय होता. सन्यांशी जीवनातील नियमांचे पालन करणे हेच ध्येय होते. त्यांची प्रगती पाहून श्रीरामकृष्ण परमहंस आनंदातिरेकाने विव्हळ होत असत. ते म्हणत, ‘नरेंद्र साक्षात नारायण आहे. त्याने जीवांचा उद्धार करण्यासाठी शरीर धारण केले आहे.’

निर्विकल्प समाधी

सतत साधना करूनही ते त्यामुळे समाधानी नव्हते. सन्यांसाची परमसीमा गाठणे हेच त्यांचे ध्येय होते. निर्विकल्प समाधी अवस्थेत पोहचणे हे योगाचे अंतिम ध्येय आहे. ते मिळविण्यास आपण असमर्थ आहोत, असे नरेंद्रला वाटत होते. एके दिवशी आपली ही समस्या घेऊन ते गुरूकडे गेले. गुरू रुग्णशय्येवर होते. शय्येजवळ गेल्यावर काहीच न बोलता ते उभे राहिले. त्यावेळी तिथे गुरूदेवांशिवाय दुसरे कोणीही नव्हते. आज ते गुरूकडे निर्विकल्प समाधीचे वरदान मागण्यासाठी आले होते, पण वाणी साथ देत नव्हती. असे का होणार नाही, कारण कोणाकडे काही मागणे आपल्या पुरूषार्थाच्या विरूद्ध आहे, असे समजणारा नरेंद्र आज काही मागण्यासाठी उभा होता. ज्या नरेंद्रने कधी तरी परमहंस यांच्या समोर वेदांतातील महावाक्य 'मी ब्रह्म आहे,' याची खिल्ली उडविली होती, तेच महावाक्य आज त्यांना आपल्या जीवनात आणावयाचे होते. त्यांना मौन उभे राहिलेले पाहून गुरूदेव सर्व काही समजले आणि अतिशय प्रेमळ आवाजात म्हणाले, 'नरेंद्र, तुला काय हवे आहे? '

'मला शुकदेवाप्रमाणे निर्विकल्प समाधीमध्ये सचिद्दानंदाच्या सागरात यथेच्छ डुबू इच्छितो." नरेंद्रने उत्तर दिले.

'वारंवार तुला असे म्हणताना लाज वाटत नाही? वेळ येऊ दे. तू वटवृक्षाप्रमाणे या जगाला शांततेची छाया देणार आहेस. मग आज तू आपल्याच मुक्तीसाठी अधीर झाला आहेस? तुझे आदर्श इतके क्षुद्र झाले आहेत? "

'निर्विकल्प समाधी झाल्याशिवाय माझ्या मनाला शांतता मिळणार नाही. असे झाले नाही तर मी काहीही करू शकणार नाही. ' डबडबत्या डोळयांनी नरेंद्र म्हणाला.

'आपल्या इच्छेने सर्व काही करणारा तू कोण आहेस रे? माता तुझी मान धरून करून घेईल. तू केले नाहीस तर ती तुझा चक्काचूर करील.' गुरूदेवांच्या या शब्दाला नरेंद्रकडे काही उत्तर नव्हते. तो कातर दृष्टीने गुरूदेवांकडे पाहू लागला. शिष्य वत्सल गुरूला राहवले नाही. ते म्हणाले, 'ठीक आहे. जा. काळजी करू नको, निर्विकल्प समाधी होईल.'

एके दिवशी संध्येच्या वेळी ते ध्यानमग्न असताना त्यांची निर्विकल्प समाधी लागली. त्यांना परम सत्याची अनुभूती झाली. 'मी,' 'माझा', 'संसार' इ. भावना लुप्त झाल्या. अनेक तास ते याच अवस्थेत राहिले. समाधी भंग होताना आपल्या सर्व इच्छांचा अंत झाल्याचा त्यांना अनुभव आला. कोणतीतरी अलौकीक शक्ती जबरदस्तीने त्यांना या जगात घेऊन येत होती. त्यानंतर त्यांना अशी अनुभूती झाली की, 'बहुजन हिताय, बहुजन सुखाय' या सत्याचा प्रचार प्रसार करणे हेच आपले ध्येय आहे.

आता त्यांच्या सर्व इच्छा आकांक्षा संपल्या होत्या. अशांती, उद्विग्नता नष्ट झाली होती. त्यांच्या मुखमंडलावर ब्रह्मज्ञानी व्यक्तीचे तेज चमकू लागले होते. ब्रह्मज्ञानामुळे ते सुख-दुःखाच्या भावनेच्या पलीकडे गेले होते. ते गुरूदेवांच्या पायाशी लोळले. गुरूदेव म्हणाले, 'आता कुलुप बंद राही. चाबी माझ्या हातात राहीन. काम पूर्ण झाल्यावर कुलूप उघडले जाईल.'

दिव्यचक्षू श्रीरामकृष्ण परमहंस यांनी नरेंद्रनाथामध्ये दडलेले विवेकानंद आधीच पाहिले होते. ते नरेंद्र बाबत अनेक भविष्यवाणी करीत आले होते. खूप आधीच ते म्हणाले होते, 'हा मुलगा जन्मताच ब्रह्मज्ञानी आहे. याच्यासारखी मुले सिद्ध श्रेणीची असतात. ते कधीही कांचन - कामिनीच्या मोहात अडकत नाहीत.' कधी ते नरेंद्रला साक्षात नारायण म्हणत, कधी शिव, तर कधी शुकदेव. त्यावेळी अनेक लोक शंका व्यक्त करीत असत की हे शब्द नरेंद्रबद्दल त्यांना वाटणाऱ्या प्रेमाचे सूचक आहेत. अर्थात महापुरूषांच्या प्रेमाला पात्र एखादा महान आत्माच असू शकतो. सामान्य माणसाला हे कळत नाही. त्याच बरोबर हेही सत्य आहे, की हास्य विनोदात का होईना, पण श्रीरामकृष्ण परमहंस कधीही असत्य बोलत नव्हते.

श्रीरामकृष्ण परमहंस यांचे निधन

डॉक्टरांचे उपचार श्रीरामकृष्ण परमहंस यांचा घशाचा आजार बरा करू शकले नाहीत. जुलै १८८६ पर्यंत त्या आजाराने अतिशय गंभीर रूप धारण केले होते. ते बोलायला अशक्त झाले होते. कसे तरी हळूवारपणे दोन- चार शब्द बोलू शकत असत. या काळात ते ठोस आहारही घेऊ शकत नव्हते. त्यांना पाण्यात उकळलेली बार्ली देण्यात येत असे. ती गिळायलाही त्यांना खूप त्रास होत असे. आपल्या अशा अवस्थेतही ते शिष्यांना कर्तव्य बोध करीत असत.

आपला अंतिम समय जवळ आल्याचे श्रीरामकृष्ण परमहंस यांना कळले. त्यांनी नरेंद्रला आपल्या जवळ बोलावले आणि म्हणाले, 'नरेंद्र, तू सर्वात बुद्धिमान आहेस. माझ्या या मुलांचे रक्षण कर आणि त्यांना योग्य मार्गाने चालव. आता मी लवकरच हे शरीर त्यागणार आहे.'

रोग सतत वाढत होता. सर्व विवश झाले होते. अशा परिस्थितीत काय करायला हवे ते कोणालाही कळत नव्हते. एके दिवशी परमहंस यांनी नरेंद्रला आपल्या जवळ बोलावले. त्यांच्या डोळयात आसवे होती. ते नरेंद्रला म्हणाले, 'आज तुला माझे सर्व काही देऊन

मी फकीर झालो आहे.'

त्यांचे हे शब्द ऐकल्यावर परमहंस यांचा अंतिम काळ जवळ आल्याचे नरेंद्रला कळले. शिष्य रडू लागले. ते गुरूपासून वियोग करण्याची कल्पनाही करू शकत नव्हते.

१३ ऑगस्ट १८८६ रोजी खरेच श्रीरामकृष्ण परमहंस परमेश्वराचा अवतार आहेत का या विचारात नरेंद्र गर्क झाले होते. त्यांच्या मनात पूर्वीही अनेक वेळा असा संशय निर्माण झाला होता. या शंकेचे समाधान कसे करावे, ते त्यांना कळत नव्हते. ते मनातल्या मनात असा विचार करू लागले की लोक भावनेच्या आहारी जाऊन असा विचार करीत असतील. लोकांचे काय, ते कोणालाही अवतार समजू शकतात. नरेंद्रचा दुसऱ्या कोणाच्याही शब्दांवर विश्वास नव्हता. स्वतः श्री रामकृष्ण परमहंस यांनी आपण अवतार असल्याचे सांगितले असते, तर त्यांनी त्यावर विश्वास ठेवला असता.

नरेंद्रच्या मनात असेच द्वंद्व सुरू होते. ते गुरू महाराजांच्या शय्येजवळ बसले होते. त्यांचे मनोगत गुरूमहाराजांना कळाले असावे. त्यानी आपले डोळे उघडले आणि म्हणाले, 'नरेंद्र, तुला अजून विश्वास वाटत नाही? अरे, ऐक, जो राम आहे, तोच कृष्ण आहे. यावेळी तोच एका आधारात रामकृष्ण. फक्त तुझ्या वेदांताच्या दृष्टीनेच नाही, तर प्रत्यक्षात.'

नरेंद्र आश्चर्यचकीत झाले. इतकी वर्षे त्यांच्या संपर्कात राहूनही ते त्यांना ओळखू शकले नव्हते. आता तर त्यांचा अंतिम काळ जवळ आला होता. रविवार १५ ऑगस्ट १८८६ रोजी श्रीरामकृष्ण परमहंस यांना पाहिल्यावर असे वाटत होते, की आता ते महाप्रस्थान करणार आहेत. सर्व शिष्य त्यांच्या शय्येभोवती जमा झाले. सर्व जण अनिष्ट होण्याच्या शंकेने भयभीत झाले होते. हळूहळू दिवस निघून गेला. रात्र झाली. परमहंस उशीवर डोके ठेवून झोपले होते. फक्त अस्थिपंजर झालेले त्यांचे शरीर थरथरत होते. त्यांची दृष्टी नाकाच्या शेंड्यावर स्थिर झाली होती. ते महाप्रयाणाची तयारी करीत होते. चेहऱ्यावर मात्र पूर्वीसारखेच तेज कायम होते. भीती, वाद किवा क्लांताचे एकही लक्षण नव्हते. बरोबर मध्यरात्री महाकालीचे नाव घेत त्यांनी या पंचमहाभौतिक देहाचा त्याग केला.

श्रीरामकृष्म परमहंस यांनी आपले निर्वाण होण्यापूर्वी नरेंद्रवर खूप मोठी जबाबदारी सोपविली होती. आता ते आपल्या गुरूबंधूचे मार्गदर्शक आणि आपल्या गुरूचे वारसदार झाले होते. परमहंस ब्रह्मतत्त्वात विलिन झाल्याबरोबर ते परमहंस यांचे वारसदार झाले होते. परमहंस ब्रह्मतत्त्वात विलिन झाल्यावर नरेंद्रनाथ यांच्या जीवनातील एक प्रकरण संपले. आता त्यांना विश्वगुरू विवेकानंद व्हायचे होते.

भारत भ्रमण

श्री रामकृष्ण परमहंस यांच्या निधनानंतर नरेंद्रनाथसह इतर सर्वांना काशीपूरमधील घर सोडावे लागले. या सर्वांसाठी एखाद्या केंद्राची स्थापना करायला हवी, असा विचार नरेंद्रच्या मनात आला. नाही तर सर्व सन्यांशी इकडे तिकडे भटकत राहतील आणि परमहंस यांचे ध्येय अपूर्ण राहीन. सर्व सन्यांशी त्यांच्या मताशी सहमत होते. त्याच बरोबर काही विद्यार्थी सन्यांशी परीक्षा देण्यासाठी आपापल्या घरी गेले.

दत्त कुटुंबियाच्या पारंपरिक घराचा खटला नरेंद्रने खालच्या कोर्टात जिंकला होता, तरीही प्रतिपक्षाने त्याविरूद्ध वरच्या कोर्टात अपील दाखले केले होते आणि तो खटला अजूनही सुरूच होता. त्यासाठी नरेंद्रला घरी रहावे लागले. ते पाहून इतरही अनेक लोक सन्यांशी झालेल्या आपल्या मुलांना घरी येण्यासाठी आग्रह करू लागले. पण ते सहमत झाले नाहीत.

अस्थी कलशाचा वाद

तरूण सन्यांशाचे ठरलेले असे काही ठिकाण नव्हते, तरीही त्यांनी परमहंस यांच्या अस्थी सांभाळून ठेवल्या होत्या. याच वेळी महात्मा रामचंद्र दत्त यांनी सन्यांशाकडे अस्थींची मागणी केली. काकुडगाछी येथील आपल्या उद्यानात या अस्थी ठेवून तिथे मंदिर उभारण्याचा त्यांचा विचार होता. ते गृहस्थ असल्यामुळे त्यांना अस्थी द्यायला सन्यांशाचा विरोध होता. यावरून दोन्ही पक्षात वाद सुरू झाला. परमहंस यांच्या शिष्यांनी आपसात वाद घालावा, भांडणे करावीत असे नरेंद्रनाथ यांना वाटत नव्हते. त्यांनी आपल्या तरूण सन्यांशाना समजावून सांगितले. त्यांना आपल्याकडे अस्थीचा काही भाग ठेवायला सांगितले आणि उरलेला भाग परमहंस यांच्या गृहस्थ शिष्यांना दिला.

काशीपूर येथील निवासस्थान सोडल्यावर परमहंस यांचे एक गृहस्थ शिष्य

सुरेंद्रनाथ मित्र यांनी सन्यांशांसाठी वराहनगर येथे एक घर भाड्याने घेतले. इकडे काही दिवसांसाठी ते विद्यार्थी सन्यांशी आपापल्या घरी गेले होते, त्यांना नरेंद्र भेटत होते. नरेंद्र त्यांना संसाराशी संबंध तोडण्याचा सल्ला देत होते. त्यामुळे या सन्यांशांचे पालक संतप्त झाले होते. त्यांनी नरेंद्रला धमक्या द्यायला सुरूवात केली,पण ते अजिबात विचलित झाले नाहीत. नरेंद्र यांनी विवश होऊन आपल्या घराशी संपर्क ठेवला होता, तरीही ते जास्त काळ वराहनगरमध्येच राहत असत.

वराहनगर मठात

काही दिवसांनंतर नरेंद्रनाथ यांनी घराचा खटला पुन्हा जिंकला. त्यानंतर ते स्थायी स्वरूपात वराहनगर मठातच आले. सुरेंद्रनाथ मित्र, गिरिषचंद्र घोष, बलराम वसू, महेंद्रनाथ गुप्त हे या सन्यांशांना सर्व प्रकारची मदत करीत असत. सर्व तरूण सन्यांशी योग, वेद, तत्त्वज्ञान याच्या बरोबरीने परमहंस यांच्या उपदेशाची चर्चा करीत असत.

आता या सन्यांशाचे मार्गदर्शक नरेंद्रनाथ होते. ते ब्रह्ममुहुर्तावर उठत असत आणि सर्व सन्यांशांना उठवित असत. मग सर्व जण जप, ध्यान करीत असत. नंतर नरेंद्रनाथ कधी गीतेचा तर कधी 'इमिटेशन ऑफ क्राईस्ट' चा धडा देत असत.

वराहनगर येथील मठात सन्यांशांना अनेक प्रकारच्या उणिवांचा सामना करावा लागत असे. त्यांना जेवणही दिवसातून एक वेळच मिळत असे आणि कधी तर तेही मिळत नसे. जेवण तयार करण्यासाठी भांडी नव्हती. जवळच्या उद्यानातून केळी किंवा तशीच इतर कशाची पाने वापरून भांड्याचे काम भागविले जात असे. एका वेळच्या भोजनासाठी त्यांना फक्त भात आणि कुंदरूची उकडलेली पाने मिळत असत. श्रीरामकृष्ण यांना भोग लावण्यासाठी साखरेचे दोन दाने वापरले जात होते. तरीही सन्यांशी भजन कीर्तन करण्यात दंग असत.

सुरेंद्रनाथ मित्र यांनी मठातील सन्यांशाची सर्व प्रकारे सेवा करण्याची जबाबदारी आपल्या अंगावर घेतली होती. कामाच्या व्यापामुळे ते नियमितपणे मठात येऊ शकत नसत. तरूण सन्यांशी वेळ पडल्यास उपाशी रहात असत, पण आपल्या गरजा ते त्यांना कळवित नसत. या विषयी कळल्यावर ते खूप दुःखी झाले. शेवटी त्यांनी परमहंस यांचे दुसरे एक शिष्य गोपाळ यांना मठात जेवणाची व्यवस्था करण्यासाठी पाठविले आणि त्याची आई तसेच भावांची जबाबदारी आपल्या शिरावर घेतली. मठात ज्या गोष्टीची गरज असेल, ते गोपाळ सुरेंद्रनाथ मित्र यांना सांगत

असत. मग त्याची व्यवस्था होत असे. श्री मित्र म्हणत असत, 'या सन्यांशाना मदत करणे हे माझे परम कर्तव्य आहे. हे लोक श्रीरामकृष्ण यांची मुले आहेत म्हणजे माझी भावंडे आहेत.'

सन्यांशाना घरी परत घेऊन जाण्यासाठी त्यांचे आई वडील वगैरे मठात येत असत. ते लोक सन्यांशी जीवनापेक्षा गृहस्थाश्रमाचे महत्त्व पटवून सांगत अत. त्यावर नरेंद्रनाथ याच्या सक्षम तर्कासमोर त्यांना पराभव स्वीकारावा लागे.

विवेकानंदाची तीर्थयात्रा

वराहनगर मठात रहायला येऊन सन्यांशाना दोन वर्षे झाली होती. काही तरूण सन्यांशांना तीर्थयात्रेला जायचे होते; पण नरेंद्र यासाठी परवानगी देणार नाहीत, अशी त्यांना शंका वाटत होती. एके दिवशी नरेंद्रनाथ काही कामासाठी कोलकत्त्याला गेले होते. तिथून परत आल्यावर त्यांना कळले की स्वामी त्रिगुणातीत (शारदा प्रसन्न) नावाचा सन्यांशी आश्रम सोडून निघून गेला आहे. त्याची नरेंद्रला काळजी वाटू लागली. इतक्यात कोणी तरी त्यांच्या हातात वरील सन्यांशाने लिहिलेले एक पत्र दिले. त्यात लिहिले होते,

'मी पायी वृंदावनला निघालो आहे. इथे राहणे अशक्य झाले आहे. कधी मन बदलेल काही सांगता येत नाही. मध्येच कुटुंबियांची स्वप्ने पडतात. खूप काही सहन केले आहे. शक्तिशाली आकर्षणामुळे दोन वेळा घरच्यांना भेटावे वाटले. त्यामुळे आता इथे राहणे योग्य नाही. मायेच्या मोहातून सुटका करून घेण्यासाठी इतर ठिकाणी जाणेच योग्य आहे."

वास्तविक पाहता नरेंद्रलाही घर आकर्षित करीत होते. इतर सन्यांशांची अवस्थाही अशीच होती. एक दोन सन्यांशी या आधीच न सांगता तीर्थयात्रेला निघून गेले होते. इतर अनेकांना जायचे होते. एकदा विचार आला की अशा प्रकारे सर्व जण निघून गेले तर मठ उजाड होईल. आपणही तीर्थयात्रेला जाण्याचे नरेंद्रने ठरवले.

इ.स. १८८८ च्या मध्यावर नरेंद्र तीर्थयात्रेला निघाले. सन्यांशाची दीक्षा घेताना सन्यांशाचे नाव बदलले जाते. सन्यांश घेतानाच ते विवेकानंद झाले होते, तरीही अजून त्यांना नरेंद्र म्हणूनच ओळखले जात होते. या तीर्थयात्रेपासूनच त्यांच्या स्वामी विवेकानंद या नावाचा उल्लेख आढळतो.

तीर्थयात्रा करीत अनेक ठिकाणी गेल्यानंतर विवेकानंद वाराणशीला आले. इथे ते अनेक साधु महात्म्यांना भेटले. त्यामध्ये तैलंग स्वामी, स्वामी भास्करानंद यांची नावे विशेष उल्लेखनीय आहेत.

या यात्रेच्या वेळी ते इतर कोण कोणत्या ठिकाणी गेले होते, त्याचा कुठेही उल्लेख आढळत नाही. वाराणशीला गेल्याचा मात्र नक्की उल्लेख आहे. हिंदु धर्म आणि संस्कृतीचे केंद्र म्हणून वाराणशीला महत्त्व आहे. तिथे त्यांनी अनेक सभांमध्ये प्रवचने दिली, असा उल्लेख आढळून येतो. काही दिवस वाराणशीला राहिल्यावर ते वराहनगरला परत आले. तिथे आल्यावर ते आपल्या गुरूबांधवांनाही तीर्थयात्रा करण्यासाठी प्रेरीत करू लागले. वाराणशी त्यांच्या मनात ठसली होती. काही दिवस वराहनगरला राहिल्यावर ते पुन्हा वाराणशीला आले.

काशीच्या या दुसऱ्या यात्रेच्या वेळी वेदांताचे प्रकांड पंडित प्रमदादास मित्र यांना भेटले. त्यांच्यामुळे ते खूप प्रभावित झाले. पुढेही नंतर वेदांताबाबत काही विषयावर संशय आल्यास विवेकानंद त्यांचाच सल्ला घेत असत.

ऑगस्ट १८८८ मध्ये विवेकानंद काशीवरून अयोध्येला गेले. तिथे त्यांनी भगवान राम आणि हनुमान मंदिरात दर्शन घेतले. हनुमानाविषयी त्यांच्या मनात आपार श्रद्धा होती. कारण हनुमानाला भक्ती आणि ब्रह्मचर्याचे प्रतिक समजले जाते. अयोध्येतील साधु संतांसोबत काही दिवस राहिल्यावर ते आग्र्याला पोहचले. तिथे त्यांनी प्रसिद्ध ऐतिहासिक इमारती पाहिल्या. तिथून ते वृंदावनाला गेले.

स्वामीजी आग्र्याहून वृंदावनला जात असताना वाटेत एके ठिकाणी त्यांनी एका वृद्धाला हुक्का पिताना पाहिले.स्वामीजी खूप थकलेले होते. त्यावेळी त्यांनाही हुक्का पिण्याची इच्छा झाली. म्हणून त्यांनी त्या वृद्धाकडे हुक्का मागितला तेव्हा तो वृद्ध म्हणाला, 'महाराज, मी भंगी आहे." तो असे म्हणताच स्वामीजींचा पुढे गेलेला हात मागे सरकला. ते पुढे निघाले, पण काही पाऊले पुढे जाताच त्यांच्या विचारांना झटका बसला. बहुतेक त्यांन आठवले असावे, "शुनि चैव श्वपाके च पण्डिताः समदर्शिनाः " म्हणजे खरा ज्ञानी कुत्रे आणि चांडाल यांच्यातही ब्रह्माचे दर्शन करतो. ते मनातल्या मनात विचार करू लागले, 'सन्यांशी झाल्यावरही मी जाति भेदापासून मुक्त होऊ शकलो नाही, तर माझ्या सन्यांसाचा काय उपयोग?' ते परत फिरले. त्यांनी त्या व्यक्तिकडे हुक्का पिला आणि मग पुढे निघाले.

वृंदावनमध्ये विवेकानंद कालाबाबूचे पाहुणे म्हणून राहिले. त्यांना तिथे एक उल्लेखनीय अनुभव आला. ते रानाकुंडावर स्नानासाठी गेले होते. शरीरावरील एकमेव कफनी धुतल्यानंतर त्यांनी ती वाळू घातली आणि कुंडामध्ये अंघोळीसाठी उतरले. अंघोळ करून ते बाहेर आले तेव्हा एक वानर आपली कफनी घेऊन झाडावर चढल्याचे दिसले. स्वामीजींनी त्या वानराची विनंती केली,पण वानर त्यांना चिडवू लागले. स्वामीजींना काही कळेना गेले. त्यांनी मनातल्या मनात निश्चय केला, की जोपर्यंत कपडे मिळणार नाहीत, तोपर्यंत मी वनातच राहणार. नग्न स्वरूपातील स्वामी जंगलाच्या दिशेने निघाले. काही अंतर निघून गेल्यावर एक व्यक्ती त्यांना आवाज देऊ लागली. स्वामीजी तरीही थांबले नाहीत.

ती व्यक्ती वेगाने धावत स्वामीजींच्या समोर येऊन उभी राहिली. त्या व्यक्तीने एक केसरी वस्त्र आणि खाण्याच्या काही वस्तू त्यांना दिल्या. ती व्यक्ती काही वेळातच अदृष्य झाली. तिथून स्वामीजी राधाकुंडावर परत आल्यावर त्यांचे आधीचे कोफीन पूर्वीसारखेच पडलेले आढळून आले. जिथे त्यांनी वाळू घातले होते. त्या रात्री ते तिथेच कृष्णाची स्तुती करीत राहिले. त्यानंतर स्वामीजी हथरसला गेले. एके रात्री ते रात्रभर एका झाडाच्या खाली बसून राहिले. सकाळी हाथरस रेल्वे स्टेशनचे स्टेशन मास्टर शरदचंद्र गुप्त त्यांना आपल्या घरी घेऊन गेले. त्यांनी तेजस्वी ओलौकीक साधुला झाडाखाली बसलेले पाहिले तेव्हा ते प्रभावित झाल्याशिवाय राहिले नाहीत. तेव्हापासून शरदचंद्र त्यांचे भक्त झाले. एके दिवशी त्यांनी स्वामीजींना एखाद्या गंभीर काळजीत बुडालेले पाहिले. त्याचे कारण विचारल्यावर स्वामीजी म्हणाले, की मला श्रीरामकृष्ण यांचे कार्य पुढे चालवायचे आहे; पण त्यासाठी माझ्याकडे साधनांचा अभाव आहे. त्यांचे म्हणणे ऐकल्यावर श्रीगुप्त म्हणाले, “महाराज, मी तुम्हाला काही मदत करू शकतो का? ”

“हे कार्य करण्यासाठी हातात दणंड -कमंडलू घेऊन वाटेवर उभे राहण्यासाठी तयार आहेस? तू सन्यांस धर्मातील कठोरता सहन करू शकशील? ” स्वामीजींनी विचारले.

“नक्कीच, तुमची कृपा असेल, तर मी सर्व काही सहन करू शकेन.” शरद्‌चंद्र गुप्त म्हणाले.

त्यादिवशी हा विषय इथेच संपला. स्वामीजी काही दिवस गुप्त कुटुंबियाचे पाहुणे म्हणून राहिले. एके दिवशी ते श्रीगुप्त यांना म्हणाले, “बाळा, सन्यांशाला

एका ठिकाणी जास्त दिवस रहाता येत नाही. मलाही एक प्रकारचे आकर्षण वाटत आहे, त्यामुळे आता इथून निघायला हवे. ”

“महाराज, मलाही तुमचा शिष्य करून सोबत न्या.” गृहस्वामी म्हणाले.

स्वामीजींनी त्यांना अडविण्याचा प्रयत्न केला, पण ते ऐकले नाहीत आणि सोबत येण्याचा हट्ट करू लागले. त्यांच्या वैराग्याची परीक्षा घेण्यासाठी स्वामीजी म्हणाले, 'असेच असेल, तर माझी भिक्षेची झोळी घे आणि तुझ्याच स्टेशनवर जाऊन हमालांकडे भीक माग.'

एक क्षणही संकोच न करता शरदचंद्र गुप्त यांनी त्यांची झोळी घेतली आणि हमालांकडून भिक्षा घेऊन आले. त्याचे प्रबळ वैराग्य पाहून स्वामीजींनी त्याला आपले शिष्य केले आणि त्यांना सदानंद हे नवीन नाव दिले.

हाथरसहून नवीन शिष्य सदानंदला सोबत घेऊन विवेकानंद ऋषिकेशला पोहचले. तिथे गेल्यानंतर काही दिवसांनी स्वमी सदानंद आजारी पडले. त्यामुळे गुरू शिष्य पुन्हा हथरसला पोहचले. काही दिवसानंतर ते बरे झाले आणि वराहनगरला परतले. नंतर बरे वाटू लागल्यावर सदानंदही तिथे आले.

उत्तर भारतात अनेक ठिकाणी फिरल्यामुळे स्वामीजींना भारताच्या आत्म्याची ओळख करून घेण्याची संधी मिळाली. त्यानंतर सुमारे एक वर्षभर ते वराहनगर आणि बलराम वसुचे घर बागबाजार कोलकत्ता इथेच राहिले. त्यांचा हा काळ विविध शास्त्रे आणि पाणीनीच्या व्याकरणाचा अभ्यास करण्यात गेला. या कालावधीत ते ब्रह्मलीन परमहंस यांचे जन्मस्थळ तसेच माता शारदा (परमहंस यांची पत्नी) यांचे जन्मस्थळ जयरामबाटीचे दर्शन करायला गेले.

सन्यांसी जीवन

नरेंद्रच्या अनुपस्थितीत त्यांच्या कुटुंबातील इतर लोकांनी त्यांची आई आणि लहान दोन भावांना घरातून काढून लावले. यावेळी लहान दोन भावांतील मोठा कॉलेजच्या पहिल्या वर्षाला होता,तर लहाना अजून लहानच होता. घराचा खटला उच्च न्यायालयात गेला होता. त्याच्या आदेशाने घराचा काही भाग आईला मिळाला होता. घराची अवस्था अतिशय दयनीय झाली होती. अशा परिस्थितीत कोलकत्यापासून दूर राहणेच बरे असल्याचे विवेकानंद यांना वाटले. म्हणून ते पुन्हा फिरायला निघाले.

डिसेंबर १८८९ मध्ये स्वामी विवेकानंद कोलकत्त्याहून वैद्यनाथधामला पोहचले. काही दिवस तिथे राहिल्यावर काशीला जाण्याचा विचार मनात आला. त्याचा एक गुरूबंधुला चित्रकूटमध्ये देवी झाल्याचे वाटेत त्यांना समजले. त्यामुळे प्रयागमार्गे त्याची सेवा करण्यासाठी तिथे गेले. तिथून पुढे काशीला आणि मग २२ जानेवारी १८९० रोजी ते गाजीपूरला पोहचले. तिथे त्यांचे लहानपणीचे मित्र सतीशचंद्र मुखोपाध्याय यांच्या घरी राहिले.

गाजीपूरमध्ये त्यांनी प्रसिद्ध संत पवहारी बाबांचे दर्शन घेतले. तिथे दर रविवारी रायबहाद्दूर गगनचंद्र राय यांच्या घरी एक धार्मिक सभा होत असे. या प्रयत्नात स्वामीजी या सभेमध्ये राधाकृष्ण लीलांविषयी स्वामीजी भजन म्हणत असत. पवहारी बाबा परम योगी होते. त्यांचा स्वामीजींवर विशेष स्नेह होता. स्वामीजीही त्यांच्यामुळे इतके प्रभावित झाले की एकदा तर त्यांनी त्यांचा शिष्य होण्याचा विचार केला; पण आपण श्रीरामकृष्ण यांच्याकडून एकदा दीक्षा घेतली असल्याचे आठवल्यावर असे करणे योग्य होणार नाही, याची त्यांना जाणीव झाली.

इतक्यात त्यांचे गुरूबंधु स्वामी अभेदानंद काशीमध्ये अस्वस्थ असल्याची बातमी त्यांना कळली. त्यामुळे विवेकानंद तिकडे गेले. त्यांना थोडे बरे वाटू लागल्यावर त्यांची सुश्रुषा करण्यासाठी स्वामी प्रेमानंद यांना नियुक्त करून आपण स्वतः प्रभदादास यांच्या उद्यानात राहू लागले. एके दिवशी त्यांना स्वामी श्रीरामकृष्ण यांचे एक भक्त बलराम वसु यांचे निधन झाल्याची बातमी कळली. तेव्हा ते विलाप करू लागले. हे पाहुन प्रभदादास म्हणाले, 'स्वामीजी, तुम्ही सन्यांशी आहात. अशा प्रकारे विलाप करणे तुम्हाला शोभत नाही.' त्यावर स्वामीजी त्यांना म्हणाले, 'सन्यांशाला हृदय असत नाही, असे तुम्हाला म्हणायचे आहे का? ...दगडासारखे अनुभूती शून्य सन्यांशी जीवन मला जगायचे नाही.'

त्यानंतर विवेकानंद वराहनगरला आले. या दरम्यान २५ मे १८९० रोजी सुरेंद्रनाथ मित्र यांचे निधन झाले. मठाचा सर्व खर्च श्री मित्र हेच करीत होते. त्यामुळे स्वामीजींनी दोन महिने मठातच रहावे लागले. यावेळी शारदा माता घुसडी गावात राहत होत्या. प्रवासाला निघण्यापूर्वी स्वामीजींनी त्यांचे आशीर्वाद घेतले.

जुलै १८९० ला ते वराहनगरहून भागलपूरला गेले. काही दिवस तिथे राहिल्यावर ते देवघरला गेले. तिथून पुन्हा ते काशीला जाऊन प्रभदादास यांचे पाहुणे झाले. काशीवरून विवेकानंद उत्तराखंडच्या प्रवासाला निघाले. अयोध्या मार्गे ते नैनितालला

आणि नंतर अल्मोडाला गेले. अल्मोडाला जाण्यापूर्वी एके ठिकाणी पायी चालल्यामुळे थकवा येऊन ते बेशुद्ध पडले. आज त्या ठिकाणी विवेकानंद स्मारक आहे. काही दिवस आल्मेडात राहिल्यानंतर ते पुढे गेले.

यावेळी वराहनगर मठातील अनेक स्वामी हिमालय यात्रेला निघाले होते. अल्मोडाहून ते क़र्णप्रयागला स्वामी तुरियानंद यांना भेटले. यानंतर त्यांना बद्रीनाथला जायचे होते, पण स्वामी अखंडानंद यांच्या अस्वस्थतेमुळे त्यांना डेहराडूनला जावे लागले. तिथे त्यांना खूप प्रसन्न वाटले. तेथील निसर्ग पाहून त्यांना दिव्य आनंदाची अनुभूती झाली. त्याचे त्यांनी 'परिव्रजक' या आपल्या पुस्तकात अतिशय सुंदर वर्णन केले आहे.

इथे असताना स्वामी गंभीर स्वरूपात अस्वस्थ झाले होते. त्यांच्या जीवनाची काही आशा उरली नव्हती. कोणताही उपाय दिसत नसल्याचे पाहून त्यांचे गुरूबंधु ते बरे व्हावेत यासाठी परमेश्वराची प्रार्थना करू लागले. तोच एक अपरिचित सन्यांशी तिथे आला. त्यांने स्वामीजीला काही औषध दिले. तो सन्यांशी निघून गेल्यावर थोड्या वेळाने स्वामीजींनी डोळे उघडले.

त्यानंतर विवेकानंद मेरठला पोहचले. तिथे एका सेठजीच्या उद्यानात राहू लागले. काही दिवसानंतर त्यांचे काही गुरूबंधूही तिथे पोहचले. काही दिवस तिथे राहिल्यानंतर स्वामीजी एकटेच पुढे निघाले. आता त्यांना एकट्यालाच प्रवास करायचा होता.

फेब्रुवारी १८९१ मध्ये विवेकानंद अलवारला पोहचले. तिथे ते पंडित शंभुनाथ यांच्या घरी राहू लागले. तिथे अनेक हिंदु-मुसलमान युवक त्यांचे प्रवचन ऐकण्यासाठी येत असत. काही दिवस ते अलवर राज्याच्या दिवाणाचे पाहुणे झाले. अलवारचे राजे त्यांना भेटून इतके प्रभावित झाले की त्यांचे भक्त झाले. त्यांनी स्वामीजींच्या पाया पडून त्यांचे आशीर्वाद मागितले. स्वामीजी अलवारहून निघाले तेव्हा अलवार राजाचे असे म्हणणे होते की यापूर्वी कधीही आपल्याला अशा महापुरूषाचे दर्शन झाले नव्हते.

अलवरहून विवेकानंद जयपूरला गेले. त्यांचे गुरूबंधू अखंडानंद यांना त्यांचा वियोग असह्य झाला होता. त्यांना शोधत शोधत ते जयपूरला आले. एखाद्या सन्यांशाला अशा प्रकारे मोह व्हावा, असे स्वामीजींना वाटत नव्हते. त्यामुळे त्यांनी अतिशय कठोरपणे स्वामी अखंडानंद यांना तिथून दुसरीकडे जाण्याचा आदेश दिला.

जयपूरराज्यातील एक विद्वानाकडून स्वामीजींनी अष्टाध्यायीचा अभ्यास केला. ते समजून घ्यायला आधी त्यांना खूप त्रास झाला होता आणि ते शिकविणाराही विद्वान नरेश झाला होता. पण नंतर त्यांनी एका सूत्राची सोपी व्याख्या करून त्या विद्वानाला

आश्चर्यचकीत केले. जयपूर राज्याचे मुख्य सेनापती हरिसिंह स्वामीजींचे भक्त झाले.

जयपूरहून ते आबूला गेले. तिथे एका गुहेत राहू लागले. कोटा राज्यातीलएक मुसलमान वकील त्यांना पाहून खूप प्रभावित झाला. त्यांना आपल्या घरी घेऊन गेला. त्यांने स्वामीजींची ओळख कोट्टाचे पंतप्रधान फत्तेसिंग यांच्याशी करून दिली. त्यांच्या गुणाविषयी ऐकून खेतरीच्या राज्याचे सचीव जगमोहन लाल त्यांचे दर्शन करण्यासाठी आले. स्वामीजी एका मुसलमानाच्या घरी थांबले आहेत, त्याच्याकडेच जेवण करीत आहेत, हे पाहून त्यांना खूप आश्चर्य वाटले.

नंतर आपल्या सचिवांकडून स्वामीजीविषयी ऐकल्यानंतर खेतरीच्या राजांने त्यांना आपल्या दरबारात आमंत्रित केले. राजाने स्वामीजी समोर अनेक समस्या मांडल्या. स्वामीजींनी त्या समस्यावर समाधानकारक तोडगा काढला. दरबारातील पंडित नारायणदास स्वामी स्वामीजीची विद्वता पाहून आश्चर्यचकित झाले.

खेत्री नरेशाला संतती नव्हती. त्याने स्वामीजींना आशीर्वाद मागितला. स्वामीजी म्हणाले, 'श्रीरामकृष्ण यांच्या कृपेने तुमची मनोकामना पूर्ण होईल.'

खेतरीहून स्वामी पोरबंदरला गेले. त्याच्या आधी लिंबडीचा राजा त्यांचा शिष्य झाला होता. स्वामीजींना रस्त्यावर फिरताना पाहून पोरबंदरच्या राजाने त्यांना आपल्या घरी नेले. तेथील राजपडिंताने स्वामीजीकडून महाभाष्याचा अभ्यास केला. याच काळात गोवर्धन पीठाचे शंकराचार्य पोरबंदरला आले होते. त्यांच्या सन्मानार्थ लिंबडी राजभवनात एक सभा झाली. स्वामीजीही या सभेला गेले होते. तिथे त्यांचे प्रभावी प्रवचन ऐकल्यावर मोठ मोठे विद्वानही आश्चर्यचकीत झाले. पोरबंदर नंतर विवेकानंद द्वारिका, मांडली, बडेदा या ठिकाणी प्रवास केला. बडोद्यामध्ये दिवाण मणिभाई यांचे पाहुणे होते.

सप्टेंबर १८९२ मध्ये स्वामीजी रेल्वेच्या दुसऱ्या वर्गाच्या डब्यात बसून रेल्वेने मुंबईहून पुण्याला चालले होते. त्यातील काही युवकांमध्ये सन्यांशावरून वाद चालला होता. त्यातील काही मुले सन्यांस म्हणजे अकर्मण्यता आहे, असे म्हणत होती, तर दुसऱ्या बाजूची मुले त्याची थोरवी गात होती. सन्यांशाचा महिमा सांगणाऱ्या युवकांपैकी एक म्हणजे बाळ गंगाधर टिळक होते. हा वाद इंग्रजीत चालला होता. थोड्या वेळानंतर स्वामीजीही त्या वादात सामील झाले. शेवटी सर्वांना स्वामीजींचे

म्हणणे ऐकावे लागले, की सन्यांशानीच उच्च आदर्शांचा प्रचार केला आहे.

पुणे स्टेशनला उतरल्यावर टिळक स्वामीजींना आपल्या घरी घेऊन गेले. काही दिवस तिथे राहिल्यावर ते बेळगावला गेले. तिथे वनविभागाचे कर्मचारी हरिपद मित्र यांच्याकडे ते थांबले. काही दिवस राहिल्यानंतर ते तिथून निघाले आणि बंगलोरला पोहचले. तिथे त्यांची ओळख म्हैसूर राज्याचे दिवाण शेषाद्री आणि राजे चामरोंद्र वाडियार यांच्याशी झाली. त्यांच्यामुळे प्रभावित झाल्यामुळे राजाने त्यांना आपल्याकडे ठेवून घेतले. राजाच्या अयोग्य कामावर टीका करण्यात स्वामीजी कधीही मागे राहत नसत. त्यांचा स्पष्टवक्तेपणा पाहून म्हैसूरचे राजे त्यांचे मित्र झाले. एके दिवशी त्यांनी आपल्या दरबारात विद्वानांची विचार सभा बोलावली. विद्वान यावेळी कोणत्याही एका निष्कर्षावर येऊन पोहचू शकले नाहीत. शेवटी स्वामीजींनी या समस्येवर तोडगा काढला.

स्वामीजींनी परदेशात जाून भारतीय संस्कृतीचा प्रचार करावा, असा प्रस्ताव म्हैसूरच्या राजाने मांडला. त्यासाठी आर्थिक मदत करण्याची त्यांनी तयारी दाखविली; पण संपूर्ण भारत भ्रमण केल्याशिवाय परदेशात जाणार नाही, असे स्वामीजी म्हणाले. त्यामुळे नम्रपणे त्यांनी हा प्रस्ताव नाकारला. म्हैसूरहून स्वामीजी कोचीनला गेले. त्यावेळी म्हैसुरचा राजा त्यांना अनेक भेटवस्तू देत होता, पण स्वामीजींनी त्यातील एक लहानशी भेट स्वीकारली. त्यांच्या झोळीत नोटांचे एक बंडल ठेवण्यासाठी राजा आग्रह करू लागला. स्वामीजी यासाठी कोणत्याही प्रकारे सहमत झाले नाहीत. शेवटी त्यांनी कोचीन पर्यंत रेल्वेचे दुसऱ्या वर्गाचे तिकिट स्वीकारले.

कोचीन, त्रिचूर असा प्रवास करीत स्वामी विवेकानंद त्रिवेंद्रमला पोहचले. तिथे त्यांनी त्रावणकोरच्या राजाचा पुतण्या सुंदरम अय्यर याचे अतिथ्य स्वीकारले. त्याच्या संपर्कामुळे स्वामीजींचा परिचय राजा आणि राज्यातील अनेक उच्चाधिकाऱ्यांशी झाला. त्रिवेंद्रम नंतर ते मदुराईला गेले. तेथील राजा भास्कर सेतुपतिचे पाहुणे झाले. नंतर ते स्वामीजींचे शिष्य झाले. तिथून ते रामेश्वरम मार्गे कन्याकुमारीला गेले.

काही दिवस कन्याकुमारीला राहिल्यावर ते पाँडेचरीला गेले. तिथे अनेक सुशिक्षित युवक त्यांचे भक्त झाले. काही दिवसानंतर येथे त्यांचा एका ब्राह्मणाशी 'हिंदु धर्म

आणि त्याचे संस्कार' या विषयावर शास्त्र चर्चा झाली. आपला पराभव होत आहे, असे पाहून तो हट्टी ब्राह्मण शिव्यांचा भडिमार करू लागला. स्वामीजी त्याला शांत करण्याचा प्रयत्न करू लागले, पण त्याच्यावर काहीही परिणाम झाला नाही. म्हणून मग तिथे असलेल्या युवकांना संबोधित करीत स्वामीजी म्हणाले, "धर्माच्या नावावर प्रचलित असणारे सर्व आचार किंवा विचार हे वास्तवात धर्म आहेत की नाहीत, याची परीक्षा घेण्याची जबाबदारी आजच्या युवकांच्या खांद्यावर आहे. भूतकाळातील पंरपरागत पंरपरापासून बाहेरपडून प्रगतीशील विश्व पहायला हवे. पंरपरागत आचार विचार विकासात अडचण निर्माण करीत असल्याचे आपल्याला आढळून आले, तर आपण त्यांचा जितक्या लवकर त्याग करू शकू तितके चांगले होईल."

यावेळी मद्रास येथील डेफ्टी अकाउंटंट जनरल मन्मथनाथ भट्टाचार्य पाँडेचरीला आले होते. त्यांनी त्रिवेंद्रममध्ये स्वामीजींना पाहिले होते. इथे त्यांना रस्त्यावरून फिरताना पाहून भट्टाचार्यांनी त्यांना ओळखले. काही दिवसानंतर तिथून ते दोघे मद्रासला आले. तिथे अनेक प्राध्यापक आणि विद्यार्थी स्वामीजीकडे येऊ लागले. काही दिवसांतच भट्टाचार्य यांचे घर जणू एक अध्यात्मिक केंद्र झाले. अनेक विद्यार्थी त्यांचे शिष्य झाले. या विषयी माहिती कळल्यावर ख्रिश्चन कॉलेजमधील विज्ञानाचे प्राध्यापक लिंगरावेलु मुदलियार त्यांची खिल्ली उडवू लागले. ते नास्तिक होते आणि आपल्या तर्काने स्वामीजींना पराभूत करण्यासाठी ते स्वामीजीकडे आले. थोडा वेळ वाद विवाद झाल्यावर त्यांची बोलती बंद झाली. त्यांच्या डोळयातून आश्रू वाहत असल्याचे लोकांनी पाहिले. ते स्वतः स्वामीजींचे शिष्य झाले. नंतर विवेकानंद अमेरिकेला गेले तेव्हा त्यांच्याच आदेशावरून मुदलियार 'प्रबुद्ध भारत' चे संपादक झाले. स्वामीजी त्यांना 'किडी' नावाने बोलावत असत. काही दिवसानंतर त्यांनी घर कुटुंब सोडून सन्यांस घेतला. एखाद्या नास्तिकाचे अशा प्रकारे हृदय परिवर्तन करणे हा स्वामीजींचा मोठेपणा होता.

धर्म संमेलनाची तयारी

याच काळात शिकागो (अमेरिकेत) मध्ये एक धर्म संमेलन होऊ घातले होते. या संमेलनात हिंदु धर्माचे प्रतिनिधी म्हणून तुम्ही सहभागी व्हावे, अशी विनंती स्वामीजींच्या काही मद्रासमधील मित्रांनी केली. त्यांच्या शिष्यांनी त्यांना पाचशे रूपये जमा करून

दिले. स्वामीजींनी त्यांना सांगितले, की ही रक्कम दरिद्रीनारायणाच्या सेवेला द्यावी. एक सन्यांशी असल्यामुले सोबत धन घेऊन जाणे, त्यांना योग्य वाटत नव्हते.

फेब्रुवारीच्या सुरूवातीला बाबू मधुसुदन चॅटर्जी यांच्या निमंत्रणावरून स्वामीजी हैदराबादला पोहचले. श्री चॅटर्जी राज्याचे इंजिनिअर होते. स्टेशनवर उतरल्यावर स्वामीजींनी पाहिले की त्यावेळी त्यांच्या सन्मानासाठी हैदराबादच्या राज परिवारातील अनेक लोकांसह सिंकदराबादमधील अनेक महत्त्वाच्या व्यक्ती उपस्थित होत्या. तिथे त्यांना पुष्पमाला घालून मधुसुदन चॅटर्जींच्या घरी नेण्यात आले. १२ फेब्रुवारी १८९३ रोजी स्वामीजींना निजामचे साले नबाब सर खुर्शीद जंग बहाद्दूर यांच्या निमंत्रणावरून त्यांच्या महालात नेण्यात आले. नबाब हिंदू धर्माचा अतिशय सन्मान करीत असत आणि त्यांनी बहुतेक सर्व हिंदु तीर्थस्थळांची यात्रा केली होती.

नबाब सर खुर्शीद जंग बहाद्दूर यांनी स्वामीजींचे भव्य स्वागत केले. त्यांना परदेश प्रवासासाठी एक हजार रूपये देऊन लागले; पण स्वामीजींनी घेतले नाहीत.

लोकांच्या विनंतीवरून स्वामीजीनी हैदरबाद येथील महबूब कॉलेजमध्ये 'पाश्चात्य देशांसाठी माझा संदेश' या विषयावर व्याख्यान दिले. १७ फेब्रुवारी रोजी ते पुन्हा मद्रासला गेले. आतापर्यंत स्वामीजींची शिकागो धर्मसंमेलनाला जाण्याचा विचार नव्हता. आनंद चारलु, न्यायमूर्ती सुब्रमण्यम अय्यर अशा लोकांनी त्यांनी धर्म संमेलनात आवश्य सहभागी व्हावे म्हणून आग्रह केला. त्यामुळे शेवटी एके दिवशी स्वामीजींनी आपले शिष्य आलासिंगा पेरूमल याला बोलावले आणि आपण धर्म संमेलनात सहभागी होणार असल्याचा आदेश दिला. त्यासाठी सामान्य माणसाकडून भिक्षा जमा करून पैशांची व्यवस्था करावी. या कामासाठी राजा महाराजांकडून आर्थिक मदत घेऊ नये, असेही त्यांनी सांगितले.

याच दरम्यान खेतरी राजाला पुत्र झाल्याची बातमी त्यांना कळाली. इच्छा नसतानाही खेतरी राजाच्या जोरदार आग्रहामुळे स्वामीजींना त्याच्याकडे जावे लागले. मग ते खेतरी यांच्या जगमोहनलाल यांच्यासोबत मुंबईला आले. त्यांनी खेतरी राजाकडून आर्थिक मदत घ्यायला नकार दिला. स्वामीजींनी खूप विरोध केला तरीही खेतरी राजाचे मुन्शी जगमोहनलाल यांनी त्यांच्यासाठी एक रेषमी चला आणि किमती पगडी खरेदी केली. त्यांनी स्वामीजीसाठी जहाजात पहिल्या श्रेणीची केबीन आरक्षित केली. स्वामीजी आता शिकागो जाण्याची तयारी करू लागले.

पाश्चात्य जगात

अमेरिकेत

दंड आणि कमंडलु धारण करणाऱ्या स्वामीजीकडे अमेरिकेला जाताना भक्तांनी भेट दिलेले खूप सामान झाले होते. त्यामुळे स्वामीजींना अतिशय अस्वस्थ वाटत होते, पण भक्तांचे मन सांभाळणे, ही त्यांची विवशता होती. ३१ मे १८९३ रोजी ते मुंबईहून शिकागोला निघाले. पाश्चात्य आचार विचार शिकण्यासाठी त्यांनी जहाजाच्या कप्तानाशी मैत्री केली. आठव्या दिवशी ते श्रीलंकेची राजधानी कोलंबोला पोहचले. तिथे त्यांनी अनेक मंदिरे आणि मठांना भेटी दिल्या.

कोलंबोहून ते सिंगापूर मार्गे हाँगकाँगला पोहचले. जहाज तिथे तीन दिवस थांबले. या दरम्यान स्वामीजी दक्षिण चीनची राजधानी केन्टनला पोहचले. तिथेही त्यांनी अनेक मंदिरे आणि मठांना भेटी दिल्या. चीन आणि भारताची दुर्दशा पाहून स्वामीजी मनात आक्रोश करू लागले.

जपानमधील याकोहामा बंदरातून निघाल्यावर स्वामीजी बँकुवरला गेले. बँकेवुरवरून तीन दिवस रेल्वेचा प्रवास केल्यावर स्वामीजी शिकागोला पोहचले.

सुरूवातीच्या अडचणी

शिकागोच्या रस्त्यावरून स्वामीजी चालायला लागले तेव्हा त्यांची भगवी वस्त्रे पाहून तेथील लोक आश्चर्याने त्यांना पाहत असत. अनेक मुले त्यांच्या मागे चालू लागली. तेथील लोक अपरचित व्यक्तीला फसवतात, याचा अनुभव स्वामीजींनाा बँकुवरलाच आला होता. हमालही त्यांना सामान उचलण्याचे अधिक पैसे मागित होते. रेल्वे स्टेशनवरून ते एका हॉटेलमध्ये गेले.

दुसऱ्या दिवशी सकाळी ते एक प्रदर्शन पहायला गेले. त्यामध्ये औद्योगिक महत्त्वाच्या वस्तू तसेच पाश्चात्य कला, शिल्प इ. ठेवले होते. प्रदर्शन पाहिल्यानंतर

सांयकाळी ते हटेलला परत आले. तिथे वृत्तपत्राच्या अनेक प्रतिनिधींनी स्वामीजींची मुलाखत घेतली. अमेरिकेतील लोक परदेशी लोकांशी अतिशय चांगले वागत असल्याचे स्वामीजींना आढळून आले. अर्थात त्या मागे त्यांची प्रदर्शनाची भावना असते. तसेच आर्थिक मदत करण्यासाठी कोणीही तयार नव्हते. हॉटेलवालेही त्यांना मर्जीनुसार पैसे मागित असत. त्यामुळे त्यांच्या जवळील सर्व पैसे दोन आठवड्यातच संपले. आपण अमेरिकेला येऊन चूक तर केली नाही ना, असा विचार त्यांच्या मनात येऊ लागला, पण हा विचार कायम राहिला नाही.

दोन आठवड्यातच त्यांना कळले की धर्म संमेलन सप्टेंबरपूर्वी होणार नाही. त्याच्या नियमानुसार स्वामीजींकडे कोणतेही ओळखपत्र आलेले नव्हते. त्यामुळे ते या समेंलनात सहभागी होऊ शकत नव्हते. आता त्यासाठी अर्ज करण्याचा वेळही नव्हता. त्यामुळे ते खूप निराश झाले आणि बोस्टनला गेले.

बोस्टनमध्ये स्वामीजी एके दिवशी असेच फिरत होते. त्यांची विचित्र वेशभूषा पाहून एका महिलेंशी त्यांचा परिचय झाला. तिने स्वामीजींना आपल्या घरी आमंत्रित केले. तसेच त्यांना प्रचार कार्यासाठी मदत करण्याचे आश्वासन दिले. आपल्या वेशभूषेमुळे त्यांना अनेक वेळा जोकर समजले जात होते.

अमेरिकी महिलेच्या सल्ल्याने स्वामीजींनी आपल्यासाठी एक लांब कोट शिवला. केसरी वस्त्र आणि पगडी फक्त समेलनात सहभागी होतानाच घालायची, असा त्यांनी निश्चय केला. वरील महिलेंच्या घरी त्यांचा परिचय हॉवर्ड विद्यापीठातील ग्रीकचे प्रोफेसर जे. एच. राईट यांच्याशी झाला. प्रोफेसर राईट यांनी संमेलनाच्या आयोजकांना पत्र लिहिले, की येथे आलेल्या इतर सर्व विद्वांनाच्या तुलनेत स्वामीजी अधिक विद्वान आहे. हे पत्र घेऊन स्वामीजी पुन्हा शिकागोला गेले. रेल्वे प्रवासासाठी लागणारे तिकिटाचे पैसेही त्यांना प्रोफेसर राईट यांनीच दिले.

स्वामीजींनी डॉक्टर बॅरोंजचा पत्ता देण्यात आला. शिकागोमध्ये त्यांचा पत्ता शोधणे खूप अवघड गेले. या विषयावर विचारल्यावर लोक त्यांना निग्रो समजून तोंड फिरवित असत. त्यांना एखाद्या हॉटलचाही पत्ता मिळाला नाही. परिणामी रेल्वे मालगोदामाच्या एका पॅकिंग बॉक्समध्ये ते घुसले. रात्री बर्फ पडायला सुरूवात झाली. खूप थंडी होती. सकाळी उजाडताच स्वामीजी रस्त्यावर आले. काहीही उपाय दिसत नसल्याचे पाहून त्यांनी भीक मागायला सुरूवात केली. त्यातही त्यांच्या पदरी निराशाच आली. इतक्यात एका अपूर्व सुंदरीने दरवाजा उघडला

आणि विचारले, 'तुम्ही धर्म संमलेनात सहभागी होण्यासाठी आले आहात? " स्वामीजींने तिला घडलेला सर्व प्रकार सांगितला. ती त्यांना समेंलनात घेऊन जायला तयार झाली. त्या महिलेचे नाव श्रीमती जॉर्ज डब्ल्यू हॅल होते. या महिलेच्या प्रयत्नामुळे ते संमेलनाच्या आयोजकांपर्यंत पोहचले. त्यांना संमलेनात सहभागी होण्याची परवानगी मिळाली. त्यांच्या राहण्याचीही व्यवस्था झाली. अशा प्रकारे अमेरिकेतील त्यांच्या सुरूवातीच्या समस्या संपल्या.

धर्म संमेलनात

विश्व धर्म संमेलनात भारताकडून ब्रह्मो समाजाचे प्रतिनिधी प्रतापचंद्र मजुमदार, जैन धर्माचे वीरचंद्र गांधी तसेच थियोसोफिकल सोसायटीच्या वतीने श्रीमती ॲनिबेझंट आल्या होत्या. मजुमदार यांच्याशी स्वामीजींची आधीची ओळख होती. संमेलनाच्या विशाल हॉलमध्ये प्रेक्षकांची बसण्यासाठी अतिशय योग्य व्यवस्था करण्यात आली होती. सर्वात आधी तिथे आलेल्या प्रतिनिधींची ओळख करून देण्यात आली. स्वामीजींनी आपल्या व्याख्यानाची तयारी केली नव्हती त्यामुळे ते घाबरू लागले होते. त्यांचे भगवे कपडे सर्वांच्या आकर्षणाचे केंद्र झाले होते. पहिल्या दिवशी ते थोडक्यात बोलले, माझ्या अमेरिकेतील बंधु भगिनींनो, हे संबोधन ऐकून लोक इतके प्रभावित झाले की दोन मिनिटे नुसत्या टाळ्या वाजत होत्या. ११ सप्टेंबर १८९३ रोजी स्वामीजी आपले भाषण द्यायला उभे राहिले तेव्हा त्यांनी पाहिले की तिथे यापूर्वी कधीही इतकी गर्दी झाली नव्हती. स्वामीजींच्या भाषणाविषयी नंतर ॲनी बेझंट यांनी लिहिले आहे, 'महिमामयी मूर्ती, भगव्या वस्त्रांनी सुशोभित केलेली. शिकागोमधील धुरामुळे मलीन झालेल्या वृक्षावर भारतीय सूर्यासारखे दैदिप्यमान.... स्वामी विवेकानंद मला पहिल्यांदा याच रूपात दिसले. ते भारताचा गौरव राष्ट्र उज्ज्वल करणारे सर्वात जुने धर्माचे प्रतिनिधी. तिथे उपस्थित असलेल्या प्रतिनिधींपैकी कमी वयाचे असूनही प्राचीन आणि श्रेष्ठ सत्याची जिंवत मूर्ती. आपल्या मातृभूमीच्या गौरवपूर्ण गाथांचा विसर न पडू देता भारताच्या संदेशाची घोषणा केली. स्वामीजी मंचावर उठून उभे राहिले. दुसऱ्या शक्तिमान आणि प्रतिभावान प्रतिनिधींनी आपले संदेश सुंदर शब्दांत व्यक्त केले होते,पण या अतुलनीय प्रचारकासमोर सर्वजण नतमस्तक झाले.

स्वामीजींचे 'हिंदु धर्म' या विषयावर भाषण झाल्यानंतर १९ सप्टेंबर रोजी तिथे आलेल्या काही प्रतिनिधींनी हे हिंदु धर्माचे सध्याचे स्वरूप नाही, असे सांगायला सुरूवात केली. रेवंड नावाच्या एका प्रतिनिधीने त्यांच्यावर खोटारडेपणाचा आरोप केला

आणि त्यांना संमेलनातून काढून टाकण्याची मागणी केली. यावर संमेलनाचे आयोजक सहमत झाले नाहीत, पण त्यांनी स्वामीजींना या आरोपांचे खंडण करण्याचा सल्ला दिला.

२५ सप्टेंबर रोजी स्वामी विवेकानंद यांनी 'हिंदु धर्माचे सार' या विषयावर व्याख्यान दिले. या व्याख्यानाच्या वेळी स्वामीजींनी प्रश्न केला, 'हिंदु धर्म आणि धर्मशास्त्राशी प्रत्यक्ष स्वरूपात किती लोक जाणून आहेत? " यावर तिथे जमलेल्या आठ हजार लोकांपैकी फक्त तीनच चार हात वर झाले. तेव्हा स्वामीजी म्हणाले, "आणि तरीही तुम्ही आमच्या धर्मावर टीका करण्याचे साहस करता?" स्वामीजी पुन्हा भाषण देऊ लागले.

२७ सप्टेंबरला संमेलनाचा अखेरचा दिवस होता. या दिवशी स्वामीजींनी घोषणा केली, 'या संमेलनातील कामाचे निरीक्षण केल्यावर जे लोक असे समजतील की एखाद्या दिवशी एखादा धर्म विश्व धर्म होईल, किंवा कोण्या एकाच धर्माच्या माध्यमातून इश्वराची प्राप्ती होऊ शकते. तर ते भावनांचे अदान प्रदान करतील. आपल्या सामर्थ्यानुसार प्रगतीच्या दिशेने जाईल. आजपासून सर्व धर्माच्या ध्वजेवर लिहा, 'युद्ध नको, सहकार्य करा.' 'विध्वंस नको, आत्मस्थ करा.' 'द्वंद्व भेद नको, सामंजस्य आणि शांतता.' आपल्या अंतिम संदेशाच्या वेळी स्वामीजी म्हणाले, "हिंदु तुम्हाला कधीही पापी समजणार नाहीत. पापी? तुम्ही सर्व अमृताची संतान आहात. या धरतीवर पाप नावाची कोणतीही वस्तू नाही. जर कोणते पाप असेलच, तर माणसाला पापी म्हणणे महापाप आहे. तुम्ही सर्व शक्तिमान आत्मा आहात. शुद्ध, मुक्त आणि महान आहात. उठा, जागे हो. आत्मस्वरूप जाणून घेण्याचा प्रयत्न करा. "

माणसातील अतिमानव

आपल्या भाषणाने स्वामी विवेकानंद यांनी फक्त अमेरिकेलाच नाही, तर सर्व जगाला हादरवून टाकले. धर्म सभेतील विज्ञान सभेचे अध्यक्ष श्री स्नेहल यांनी स्वामींजीबद्दल लंडनच्या 'पायोनिअर' मध्ये लिहिले, "... हिंदु धर्माचे एकमेव प्रतिनिधी असलेले स्वामी विवेकानंद संमेलनातील सर्वात लोकप्रिय आणि प्रभावी व्यक्ती होते. ज्यांनी त्यांचे भाषण ऐकले आणि जे त्यांना वैयक्तिक स्वरूपात ओळखतात, ते त्यांची मुक्त कंठाने प्रशंसा करतात. स्वामीजी माणसांतील अतिमानव आहेत. "

संमेलनानंतर 'न्यूयार्क हेरॉल्ड' ने लिहिले, "शिकागो धर्मसंमलेनात विवेकानंद हेच सर्वश्रेष्ठ व्यक्ती होते. त्यांचे भाषण ऐकल्यावर असे वाटले की धार्मिक क्षेत्रात अशा प्रकारे उन्नत राष्ट असलेल्या भारतात आपले धर्म प्रचारक पाठविणे मूर्खपणा आहे."

स्वामीजीच्या व्यक्तिमत्त्वाची नंतर जगभर चर्चा होत राहिली. त्या वेळी तर अमेरिकेतील वर्तमानपत्रात ते एकमेव चर्चेचा विषय होते. 'द प्रेस ऑफ अमेरिका' ने त्यांच्याबद्दल लिहिले होते, "त्यांनी आपल्या भाषणाच्या वेळी जणू काही आपल्या संमोहन शक्तीने सर्वांना मुग्ध केले होते. तिथे उपस्थित प्रतिनिधीमध्ये ते सर्वात आघाडीवर होते. तिथे प्रत्येक चर्चचे पादरी उपस्थित होते, पण स्वामीजींच्या भाषणाच्या वादळात त्या सर्वांचे विषय वाहून गेले."

'बोस्टन इव्हिनिंग ट्रान्सस्क्रिप्ट' ने ५ एप्रिल १८९४ रोजी लिहिले, "वास्तविक पाहता विवेकानंद हे एक उदार, साधे आणि ज्ञानी महापुरूष आहेत. ते आपल्या देशातील विद्वानांच्या तुलनेत गुणांने किती तरी अधिक आहेत."

संमेलनाच्या नंतर अमेरिकेतील सामान्य माणसाच्या तोंडी स्वामीजींचे नाव होते. हजारो लोक त्यांना भेटायला येऊ लागले. स्वामीजी मात्र म्हणत, "मी फक्त सामान्य दूत आहे. माझे काम फक्त संदेश पोहचविणे आहे."

त्यानंतर स्वामीजींना अमेरिकेतील विविध शहरांतून व्याख्यान देण्यासाठी निमंत्रणे येऊ लागली. अनेक अमरिकन त्यांचे मित्र झाले. त्यांच्या तर्कशक्तीने अमेरिकी बुद्धजिवीही प्रभावित झाले. या विषयी जावा स्टेट रजिस्टरमध्ये लिहिले होते, "ज्यांनी त्यांना आपल्या बुद्धीच्या जोरावर पराभूत करण्याचा प्रयत्न केला, त्या दुर्दैवी व्यक्तीचे सर्व प्रयत्न असफल झाले. त्यांचे उत्तर विजेसारखे असायचे. ... श्रोत्यांना विजेसारखा झटका बसत असे."

स्वामीजींची लोकप्रियता अमेरिकेतील संकुचित स्वभावाचे पादरी सहन करू शकले नाहीत. त्यामुळे ते त्यांच्याविरूद्ध अनेक प्रकारे प्रचार करू लागले. इतकेच नाही तर त्यांनी स्वामीजींना रिझवण्यासाठी अनेक तरूण मुलीही पाठविल्या. त्यांना लोकांच्या नजरेतून पाडण्यासाठी शक्य ते सर्व प्रयत्न करण्यात आले. पादरीचे षडयंत्र पाहून स्वामीजींचे मित्र भयभीत झाले. त्यामुळे ते स्वामीजींना विनवू लागले की त्यांनी तेथील समाजातील परंपरावर टीका करू नये.

स्वामीजींनी मार्च ते जून १८९४ या काळात संयुक्त राष्ट्र अमेरिकेत अनेक शहरात व्याख्याने दिली. जूनमध्ये न्यू एकरमध्ये अनेक विद्यार्थी त्यांच्याकडून वेदांत

शिकण्यासाठी आले. स्वामीजी त्यांना झाडाखाली शिकवत असत. विविध शहरांचा प्रवास केल्यानंतर ऑक्टोबरमध्ये स्वामीजी न्यूयार्कला आले. डॉ. लुईस जी जेम्स यांच्या विनंतीनुसार त्यांनी 'पौचमॅन्शन' मध्ये हजारो श्रोत्यांसमोर हिंदु धर्माच्या विषयावर व्यख्यान दिले. भाषणांची मालिका फेब्रुवारी १८९५ पर्यंत सुरू होती.

या व्याख्यानातून स्वामीजींना धन मिळत असे, पण ते लगेच दान करून टाकीत असत. अमेरिकेतील भोगप्रमुख संस्कृती त्यांना जराही प्रभावित करू शकली नाही. अनेक वेळा स्वामीजींना आमंत्रित करणाऱ्या व्यक्तीच्या घरी जाऊन पादरी त्याचे कान भरीत असत. स्वामीजी तिथे गेल्यावर त्यांना बंद दरवाजा दिसत असे. अमेरिकेतील 'स्वंतत्र चिंतक' संघटनेनेही स्वामीजींना विरोध केला. ही संघटना नास्तिकांची होती. एकदा या संघटनेने स्वामीजींना भाषण देण्यासाठी आमंत्रित केले. त्या व्याख्यानामुळे अनेक नास्तिक त्यांचे शिष्य झाले.

अनेक अमेरिकन स्वामीजींबद्दल ऐकल्यानंतर त्यांना भेटण्यासाठी दूरवरून येत असत. कुमरी एम. सी. फ्रंको यांनी याबद्दल लिहिले आहे, क़ी तिला त्यांना भेटायचे होते. कुठेही का होईंना, पण स्वामीजींना भेटायचेच असे तिने पक्के ठरविले होते. साधारण पणे दोन वर्षे तिला स्वामीजींचा पत्ताच लागला नाही. स्वामीजी गेले आहेत, असेच ती समजली. एके दिवशी तिच्या एका मित्राने स्वामीजी अमेरिकेतच असल्याचे सांगितले. त्यामुळे त्यांना भेटण्यासाठी ती दुसऱ्या दिवशी सकाळीच निघाली. खूप शोधल्यानंतर तिला स्वामीजी भेटले. त्यांच्याशी झालेल्या भेटीचे वर्णन करताना तिने लिहिले आहे, 'शेवटी खूप शोधल्यानंतर आम्ही त्यांना भेटलो. ते एकांतात निवास करीत होते. आम्ही त्यांची शांतता भंग करण्याचे दुःसाहस केले. याचा विचार केल्यावर मला खूप दुःख झाले. पण आमच्या जीवाला त्यांनी अशी आग लावली होती,की ती कधीच विझणार नव्हती. ही अदभूत व्यक्ती आणि त्यांचा उपदेश याविषयी आम्हाला अधिक जाणून घ्यायचे होते. ती एक अंधारी रात्र होती. मुसळधार पाऊस पडत होता. तरीही आम्ही चालतच होतो. त्यांना भेटल्याशिवाय आम्हाला चैन पडणार नव्हती. ते आम्हाला आपले शिष्य करतील का? नाही केले तर आम्ही काय करणार? अचानक माझ्या मनात विचार आला की ज्या व्यक्तीला आमचे नावही माहीत नाही, त्याला भेटण्यासाठी शेकडो मैल जाणे मूर्खपणा तर ठरणार नाही... नंतर या विषयी स्वामीजी आम्हाला म्हणत, माझे दोन शिष्य शेकडो मैल चालून मला

भेटायला आले होते. जोरदार पावसात रात्रीच्या वेळी. भेटल्यावर त्यांना काय म्हणावे? मी आधीच मनात विचार पक्का केला होता; पण त्यांना प्रत्यक्ष भेटल्यावर मात्र सर्व काही विसरून गेले. आमच्यापैकी एक जण फक्त इतकेच म्हणाला की आम्ही डिट्राईटवरून आलो आहोत. " दुसरी एक व्यक्ती म्हणाली, "त्यावेळी जर परमेश्वर पृथ्वीवर असता, तर त्याच्याकडे आम्ही जसे गेलो असतो, तसेच तुमच्याकडे आलो आहोत. " ते प्रेममयी दृष्टीने आमच्याकडे पाहत मधूर स्वरात म्हणाले, "माझ्यात जर प्रभू येशुप्रमाणे शक्ती असती, तर तुम्हाला आता या क्षणीच मुक्त केले असते." वडील आपल्या मुलांकडे ज्या दृष्टीने पाहतात, त्याच दृष्टीने आमच्याकडे पाहत होते. खरं तर आमच्यापैकी काही जण वयाने त्यांच्यापेक्षा मोठे होते. सकाळच्या वर्गातील वार्तालाप ऐकून आम्हाला अनेक वेळा असे वाटत होते, की जणू काही त्यांनी आवळ्यासारखे ब्रह्म तळहातावर ठेवून प्राप्त केले आहे. अशा वेळी बहुतेक करून ते खोलीच्या बाहेर जात असत आणि थोड्या वेळाने परत येऊन म्हणत असत, "मी तुमच्यासाठी जेवण तयार करायला जात आहे. " आज त्यांच्या त्या आठवणीच आम्हाला ते वारसा म्हणून देऊन गेले आहेत.

भारतात आनंद

शिकागोमधील धर्मसंमेलनात स्वामीजींना मिळालेल्या सन्मानाविषयी ऐकल्यावर भारतात, तर जणू आनंदाची लाटच उसळली. खेतरी आणि रामनंदचे राजे त्यांचे शिष्य होते. या दोन राज्यांच्या दरबारात या निमित्ताने विशेष समारंभाचे आयोजन करण्यात आले. स्वामीजींना अभिनंदनाचे संदेश पाठविण्यात आले. मद्रासचे राजे रामस्वामी मुदलियार आणि त्यांचे दिवाण सुब्रमण्यम अय्यरने एका विराट सभेचे आयोजन केले आणि त्यांना अभिनंदनाचे पत्र पाठविले.

या निमित्ताने कोलकत्त्यात विशेष उत्सव आयोजित करण्यात आले.नंतर ५ सप्टेंबर १८९४ ला कोलकत्त्यातील टाून हॉलमध्ये राजा प्यारीमोहन मुखर्जी यांच्या अध्यक्षतेखाली एका विशेष सभेचे आयोजन करण्यात आले. या सभेला हजारो लोक उपस्थित होते. सभेत अनेक बुद्धिजीवी आणि लोकप्रिय व्यक्तींनी भाषणे केली. तसेच हिंदु धर्म आणि स्वमीजींविषयी आभार व्यक्त करणारे पत्र पाठविण्यात आले.

या सफलतेसाठी स्वामीजींची जगभर मुक्त कंठाने प्रशंसा केली जात होती, तर दुसऱ्या बाजूला मिशनरी त्यांचा हा सन्मान सहन करू शकत नव्हत्या. त्यांनी फक्त अमेरिकेतच नाही, तर भारतातही त्यांच्या विरूद्ध अपप्रचार करायला सुरूवात केली. भारतात असलेल्या मिशनिरी त्यांच्याविरूद्ध वर्तमानपत्रातून अपप्रचार करू लागल्या.

त्यामुळे प्रभावित होऊन अनेक संकुचित मनोवृत्तीचे हिंदुही यामध्ये सामील झाले. स्वामीजींचा आहार विहार याविरूद्ध प्रचार पत्रके वितरित केली गेली. कट्टर हिंदुचे वर्तमानपत्र असलेल्या 'बंगवासी' ने या अपप्रचारात मुख्य भूमिका बजावली.

ख्रिस्ती मिशनरी परदेशात भारताची प्रतिमा एक नरभक्षी माणसांचा असभ्य देश म्हणून उभी करीत असत. स्वामीजींच्या भाषणामुळे पाश्चात्य जगाला भारताची खरी ओळख झाली. त्यामुळे आपले पितळ उघडे पडत असल्याचे मिशनरींना वाटत होते. त्यामुळे ते स्वामीजींचे विरोधक झाले. स्वामीजींचे भारतातील समर्थक संतप्त झाले.

कधी तरी स्वामीजी आपल्या भाषणातून पाश्चात्य देशातील भोगवादी संस्कृती आणि साम्राज्यवाद यावर टीका करीत असत. हाच मुद्दा घेऊन मिशनिरी त्यांना राजकीय प्रचारक ठरवू लागले. अशा प्रकारे स्वामीजींना अध्यात्मिक महापुरूष म्हणून मिळालेली प्रतिष्ठा कमी करू पाहत होते. स्वामीजींच्या अनेक शिष्यांनी स्वामीजींनी या विषयी कळविले; पण स्वामीजी अजिबात विचलित झाले नाहीत. त्यांनी शिष्यांना लिहिले, "मिशनिरीच्या अपप्रचारामुळे तुम्ही लोक विचलित झालात, हे आश्चर्यच आहे. कट्टर हिंदु मला हिंदुप्रमाणे आहार घेण्याचा सल्ला न मागता देत असतील, तर त्यांना सांगा की माझ्यासाठी एक ब्राह्मण खानसामा आणि काही धन पाठवा. त्यांच्यात एक पैसा मदत करण्याचे सामर्थ्य नसले तरीही ज्ञानी असल्यासारखा सल्ला द्यायची मात्र हिंमत आहे. हे ऐकून मला हासू आवरत नाही. मिशनरी जर असे म्हणत असतील, तर त्यांना सांगा की हे पूर्णपणे खोटे आहे. लक्षात ठेवा कोणाच्या तरी सांगण्याप्रमाणे वागण्यासाठी मी बांधील नाही. मी कोणत्याही निंदेची पर्वा करीत नाही. मी काही एखाद्या व्यक्तीचा किंवा जातीचा खरेदी केलेला गुलाम आहे का? तुम्हाला असे वाटते का, की मी कुसंस्कारी, निर्दयी, दुबळ्या चारित्र्याच्या, नास्तिकांच्या किंवा तथाकथीत सुशिक्षितांच्या मध्ये राहण्यासाठी जन्म घेतला आहे? मी सर्व प्रकारच्या भ्याडपणाचा निषेध करतो. त्या सर्व दुष्ट आणि राजकीय व्यक्तींशी माझा काहीही संबंध नाही. परमेश्वर आणि सत्य हेच माझे राजकारण आहे."

साधारणपणे दोन वर्षे अमेरिकेत घालविल्यानंतर स्वामीजींनी लंडनला जाण्याचा बेत आखला. अमेरिकेतील अनेक शहरात भ्रमंती केल्यानंतर ते न्यूयार्कला परत आले. इंग्लंडमधील कुमारी हेन्री ॲटमुलरने त्यांना लंडनला येण्याचे निमंत्रण दिले होते. ती स्वामीजींच्या वेदांत ज्ञानाने खूपच प्रभावित झाली होती. स्वामीजींचे दुसरे एक प्रशांसक श्री इ. टी. स्टर्डीही त्यांना वारंवार लंडनला येण्याचा आग्रह करीत होते.

तसेही अमेरिकेत सतत व्याख्याने देऊन आणि एका शहरातून दुसऱ्या शहरात

जाऊन स्वामीजी खूप थकले होते. त्यांच्या हितचिंतकांनी त्यांना वातावरणात बदल करण्याचा सल्ला दिला होता. व्याखानाच्या वेळी मिळालेली रक्कम स्वामीजी लगेच दान करीत असत, याचा उल्लेख आधीही केला आहे. त्यामुळे त्यांच्याजवळ काहीही नव्हते, हे वेगळे सांगण्याची गरज नाही. त्याच वेळी न्यूयार्कमधील त्यांच्या एका श्रीमंत मित्राने त्यांच्यासमोर त्यांच्यासोबत युरोपची यात्रा करण्याचा प्रस्ताव मांडला. स्वामीजी आनंदाने तयार झाले.

अमेरिकेतील आपले प्रचार कार्य स्वामी कृपानंद, स्वामी अभयानंद आणि भगिनी हरिदासी यांच्यावर सोपवून ऑगस्ट १८९५ मध्ये स्वामीजी आपल्या श्रीमंत अमेरिकन मित्रासोबत युरोप प्रवासाला निघाले.

इंग्लंडमध्ये

न्यूयार्कवरून निघाल्यावर स्वामीजी सर्वात आधी फ्रान्सची राजधानी पॅरिसला पोहचले. तिथे अनेक प्रेक्षणीय स्थळांना भेटी दिल्यावर ते इंग्लंडला पोहचले. भारताला गुलामीच्या बंधनात जखडून ठेवणाऱ्या या साम्राज्यवादी देशाबाबत स्वामीजींच्या मनात फार काही चांगली भावना नव्हती. तसेच भारतातील इंग्रज शासकांच्या मनातील अहंकारामुळेही त्यांच्या मनावर फार काही चांगला प्रभाव टाकला नव्हता. अर्थात इंग्लंडमधील इंग्रज आणि भारतातील इंग्रज यांच्यात खूप मोठा फरक असल्याचे त्यांना आढळून आले. याविषयी स्वामीजींनी स्वतः लिहिले आहे, "इंग्रजांबद्दल माझ्यापेक्षाही जास्त तिरस्काराची भावना असणाऱ्या व्यक्तीने ब्रिटनच्या भूमीवर पाऊल ठेवले नसेल. पण आज इथे इंग्रजांवर प्रेम करणारे दुसरे कोणीही नाही."

वास्तविक पाहता इंग्रजांचे शौर्य आणि उद्योगशीलता पाहून स्वामीजी खूप प्रभावित झाले. त्याच बरोबर हे लोक आपल्या देशात आलेल्या विदेशी लोकांशी अतिशय सभ्यपणे वागत असत.

वादळ उठविणारा हिंदु

शिकागो संमेलनामुळे स्वामी विवेकानंद एक जगप्रसिद्ध व्यक्ती झाले होते. लंडनमध्ये त्यांच्या नावाचा प्रचार आधीच झाला होता. लंडनमध्येच नाही तर संपूर्ण युरोपात त्यांना 'वादळ उठविणारा हिंदु' असे म्हटले जात होते. तिथे जिथे जातील तिथे अपार लोक त्यांना भेटायला येत असत. लंडनमध्ये त्यांना विविध संस्था आणि

संघटनांकडून व्याख्यानाची निमंत्रणे येऊ लागली. सकाळी ते लोकांनी विचारलेल्या प्रश्नांना उत्तरे देत असत. दुपारनंतर ते व्याख्याने देत असत.

'पिकॅडली प्रिसेंस हॉल' मधील त्यांचे भाषण ऐकून लंडनचे लोक मंत्रमुग्ध झाले. त्यानंतर अनेक उच्चशिक्षित लोक त्यांचे व्याख्यान ऐकण्यासाठी येऊ लागले. त्यांच्या या भाषणावर लंडनमधील अनेक वृत्तपत्रांनी संपादकीय लिहिले. 'द स्टँडर्ड' ने या विषयी लिहिले, "राजा राममोहन रॉय यांच्या नंतर फक्त केशवचंद्र सेन यांना सोडले तर या हिंदु वक्त्याप्रमाणे एकही प्रभावशाली भारतीय या मंचावर अवतीर्ण झाला नाही. ... व्याख्यानाच्या कार्यक्रमामुळे त्यांनी आमचे कारखाने, वैज्ञानिक शोध आणि पुस्तके यामुळे आमचे वास्तविक भले झाले आहे. याची बुद्ध आणि येशुच्या काही वचनांशी तुलना करून त्यांनी अतिशय निर्भिडपणे उपेक्षायुक्त निंदा केली. भाषण करताना ते एखाद्या कागदावर लिहिलेल्या मुद्यांचा आधार घेत नाहीत. त्यांचा मधुर आवाज स्पष्ट आणि खणखणीत असतो."

भगवान गौतम बुद्धांशी स्वामीजींची तुलना करीत 'द लंडन डेली क्रोनिकल' ने लिहिले, "लोकप्रिय हिंदु सन्यांशी स्वामी विवेकानंद यांच्या अंग प्रत्यांगावरून बुद्धाच्या चिरपरिचितत चेहऱ्यावरील अभा चमकते. त्यांनी व्यापारातून आम्ही मिळविलेली संपन्नता, रक्तपिपासु युद्ध, धर्म इ. बाबतीतली आपली असहिष्णुता यावर कठोरपणे टीका करताना म्हटले, की या मूल्यांवर बिचारे हिंदू आपल्या (इंग्रजांच्या) अवडंबरयुक्त सभ्यतेवर प्रेम करणार नाहीत."

स्वामीजीच्या कीर्तीचा सुगंध सर्वत्र दरवळत असल्यामुळे त्याकडे आकर्षित होऊन अनेक वृत्तपत्रांच्या प्रतिनिधींनी त्यांच्या मुलाखती घेतल्या. अशाच प्रकारे त्यांची मुलाखत घेऊन 'वेस्ट मिनिस्टर गॅझेट' च्या प्रतिनिधीने 'लंडनमध्ये भारतीय योगी' असा एक लेख लिहिला. यामध्ये स्वामीजी विषयी असे लिहिले होते, की त्यांना कोणत्याही संप्रदायाची स्थापना करायची नाही, की कोणत्या विशेष मताचा प्रचार करायचा नाही. ते फक्त आपले गुरू श्रीरामकृष्ण परमहंस यांच्याकडून मिळालेल्या संदेशाचा प्रचार करू इच्छित आहेत. त्यांचा असा विश्वास आहे की विविध मते असलेले लोकही आपापल्या धर्माचे पालन करीत वेदांचे शिक्षण मिळवू शकतात.

स्वामीजींनी लंडनमधील भाषणांतून पाश्चात्य जगाला अशा इशारा दिला, की त्यांनी

जर वेदातील त्याग, विवेक, वैराग्य या तत्त्वांना आपल्या जीवनात स्थान दिले नाही, तर त्यांचा विनाश ठरलेला आहे. पाश्चात्य जगातील भोगविलासी संस्कृती आणि शस्त्रास्त्र निर्मितीची त्यांच्यात सुरू असलेली स्पर्धा याच्या भावी परिणामाविषयी त्यांना जागृत करताना एका भाषणात ते म्हणाले, "सावधान! सर्व पाश्चात्य जग एका ज्वालामुखीच्या तोंडावर उभे असल्याचे मला माझ्या दिव्य दृष्टीने दिसत आहे. हा ज्वालामुखी कोणत्याही क्षणी आग ओकून तुम्हाला नष्ट करू शकतो. तुम्ही आताच या क्षणी सचेत झाला नाहीत, तर पुढील पन्नास वर्षांत तुमचा विनाश अटळ आहे."

साधारणपणे एका महिन्यातच इंग्लंडमधील प्रत्येकाला स्वामीजींचे नाव माहीत झाले. याच दरम्यान इंग्लंडमधील एक विचारवंत अध्यापिका कुमारी मार्गारेट इ नोबल त्यांच्या संपर्कात आली आणि त्याची शिष्या झाली. नंतर तीच भगिनी निवेदिता या नावाने प्रसिद्ध झाली.

लंडनमध्ये स्वामीजी व्याख्यान देत असताना श्रोते मध्येच प्रश्न विचारित असत. याचे महत्त्वाचे कारण म्हणजे तिथे मशिनरींनी भारताविषयी खूप अपप्रचार केलेला होता. एकदा व्याख्यान देत असताना स्वामीजी भारताचा गौरव सांगत होते, तेव्हा एका श्रोत्याने विचारले, 'भारतातील हिंदुंनी आतापर्यंत एखाद्या जातीवर विजय मिळविला नाही, तर मग त्यांनी काय केले? '

"त्यांनी कोणत्याही जातीला पराभूत केले नाही, हाच त्यांचा गौरव आहे. भारत नेहमीच दाता आणि धर्मगुरू राहिला आहे. हिंदु दुसऱ्याचे धन लुटणारे रक्तपिपासू राक्षस नाहीत. त्यामुळे मला माझ्या पूर्वजांचा अभिमान आहे."

एके दिवशी दुसऱ्या एका श्रोत्याने विचारले, "तुमचे पूर्वज जर धर्मदान करीत होते, तर धर्म प्रचार करण्यासाठी ते इकडे का आले नाहीत? "

"त्यावेळी तुमचे पूर्वज जंगलात राहणारे असभ्य होते. गुहांमध्ये राहत असत आमि वल्कले नेसत असत. शरीर रंगाने रंगवीत असत. मग जंगलात त्यांनी धर्माचा प्रचार कशासाठी करायचा असता? " स्वामीजी म्हणाले.

बहुतेक वेळा स्वामीजी येशु ख्रिस्ताचे उदाहरण देत असत. यावर एका श्रोत्यांना त्यांना एकदा विचारले, "तुम्ही ख्रिश्चन नाहीत, तर मग या धर्मातील आदर्श तुम्हाला कसे काय माहीत आहेत?"

स्वामीजी म्हणाले, "येशु ख्रिस्तही पूर्वेकडील देशातील होते. सन्यांशी आणि त्यागी होते. मीही पूर्वेकडील देशातील सन्यांशी आहे. अजून पाश्चात्य देश त्यांना समजू शकले नाहीत, असे मी मनतो. त्यांनी असे सांगितले नव्हते का की, जा तुमच्या जवळचे सर्व काही वाटून टाका आणि त्यानंतर माझ्याकडे या. मी दाखविलेल्या

मार्गाने वाटचाल करा. तुमच्या देशातील किती विलासी लोक येशु ख्रिस्ताचे हे म्हणणे सत्य मानतात आणि किती जणांनी त्याचे पालन केले आहे. त्यामुळे एखाद्या ऊंटाने सूईच्या छिद्रातून जाणे शक्य आहे,पण एखाद्या श्रीमंत माणसाला स्वर्गात प्रवेश मिळणे शक्य नाही."

स्वामीजींच्या अशा प्रकारच्या उत्तरांची एक खूप मोठी मालिका आहे. कोणाही व्यक्तींने त्यांना काहीही विचारले, तरी ते त्याचे शंका समाधान करीत असत. त्यांच्या व्याख्यानातून अनेक इंग्रजांना भारताच्या वेगळ्या स्वरूपाचे दर्शन झाले. आजपर्यंत आपण शासनकर्ते असल्यामुळे ते भारताला हीन लेखीत होते, पण इंग्रजांचा भारतावरील विजय म्हणजे त्यांचे शौर्य नसून त्यांचा स्वार्थीपणा आहे, असा विचार करायला स्वामीजींनी त्यांना प्रवृत्त केले.

अमेरिकेप्रमाणे इंग्लंडमध्येही वेदांताचा प्रचार करण्यात स्वामीजींना यश मिळाले. ते पुन्हा अमेरिकेला जाण्याची तयारी करू लागले तेव्हा अनेक लोक दुःखी कष्टी झाले. स्वामीजींनी इंग्लड सोडून जावे, असे त्यांना वाटत नव्हते. त्यांच्या प्रचार कार्याविषयी १८ जानेवारी १८९६ रोजी 'इंडियन मिरर' ने लिहिले होते, "इग्लंडमधील अनेक सभ्य स्त्री पुरूषांना स्वामीजींनी प्रभावित केले आहे, हे लिहितांना आम्हाला खूप आनंद होत आहे. त्यांचे हिंदु तत्त्वज्ञान आणि योग विषयक वर्गात अनेक श्रोते सहभागी होतात. लंडनच्या अभिजात वर्गातील अनेक महिलाही खुर्चीच्या अभावी भारतातील गुरू-शिष्य परंपरेनुसार मांडी घालून जमिनीवर बसून त्यांचा उपदेश ऐकतात. वास्तवात हे अदभूत दृष्य आहे. केनन्स, विल्बर फोर्ज, हैज यासारख्या विशिष्ट धर्म प्रचारकांनी त्यांचे विचार आदराने ग्रहण केले असल्याचे ऐकले आहे. कॅनन्स यांच्या निवासस्थानी स्वामीजींच्या सन्मानार्थ एक कौटुंबिक सभा आयोजित करण्यात आली होती, त्यामध्ये लंडनमधील अनेक प्रसिद्ध व्यक्ती सहभागी झाल्या होत्या. स्वामीजीनी इंग्रजी भाषिक लोकांच्या मनात भारताबद्दल जी प्रेमाचे आणि आपलेपणाची भावना निर्माण केली आहे, ती नक्कीच भारताच्या सहाय्यक शक्तीमध्ये सर्वोच्च पातळीवरची आहे."

इकडे स्वामीजी लंडनमध्ये प्रचार कार्य करीत असताना तिकडे अमेरिकेतील त्यांचे प्रशांसक त्यांना वारंवार अमेरिकेत बोलावत होते. इकडे इंग्लंडमधील लोकांना त्यांनी आपल्या देशातून जाऊ नये, असेच वाटत होते. स्वामीजींनी इंग्लंडमधील आपल्या शिष्यांची एक समिती बनविली. त्यांच्यावर हिंदु धर्म, गीता यासारख्या

पुस्तकांवरील चर्चेची आणि त्यातील उपदेशांचा प्रचार करण्याची जबाबदारी सोपविली. त्यानंतर ते पुन्हा अमेरिकेला निघाले.

पुन्हा अमेरिकेत

आपल्या अमेरिकन भक्तांची शक्तिमान विनंती स्वामीजी अव्हेरू शकले नाहीत. बोस्टनमधील एका श्रीमंत महिलेने त्यांना पत्र लिहिले, की त्यांच्या अमेरिकेतील प्रचार कार्यासाठी येणारा सर्व खर्च ती स्वतः करेन. त्यामुळे साधारणपणे तीन महिने इंग्लंडमध्ये राहिल्यानंतर स्वामीजी पुन्हा अमेरिकेला गेले. आपले अध्यात्मिक गुरू पुन्हा अमेरिकेत आलेले पाहून त्यांचे अमेरिकेतील प्रशांसक खूप आनंदित झाले.

इंगरसोलशी मैत्री

यावेळी अमेरिकेत स्वामीजींची ओळख अशा एका व्यक्तीशी झाली, ज्याचे जीवन तत्त्वज्ञान स्वामीजीपेक्षा खूपच निराळे होते. त्या व्यक्तीचे नाव होते, रॉबर्ट ग्रीन इंगरसोल. इंगरसोल यांचा जन्म ११ ऑगस्ट १८३३ ला झाला होता. असामान्य प्रतिभा असलेले हे संपन्न वकील पक्के नास्तिक होते. १८६८ मध्ये ते आपल्या राज्याच्या गर्व्हनर पदासाठी निवडणुकीला उभे राहिले होते. त्यावेळी फक्त ते नास्तिक आहेत म्हणून त्यांना विरोध करण्यात आला. ते एक यशस्वी वकील आणि अदभूत तर्काचे मालक होते. मोठ मोठे वकील त्यांच्या समोर उभे राहण्याचे साहस करू शकत नसत. व्याख्याने देणे हाच त्यांचा व्यवसाय होता. त्यातूनच त्यांना पुरेसे उत्पन्न मिळत असे. या विषयी भदंत आनंद कौशल्ययान यांनी लिहिले आहे,

"एक व्याख्याता म्हणून इंगरसोल यांचा दर्जा खूप उंच होता. कोणत्याही वेळी आणि कोणत्याही मोसमात त्यांच्या व्याख्यानासाठी कोणताही हॉल खचाखच भरत असे. त्यांच्या व्याख्यानातून त्यांना मिळणारे उत्पन्न संयुक्त राष्ट्र अमेरिकेच्या अध्यक्षाच्या उत्पन्नापेक्षा दुप्पट होते. आपल्या जीवनातील मागील पन्नास वर्षात त्यांनी व्याख्यानातून मिळविलेले उत्पन्न हे त्या काळातील वीस सर्वोत्तम व्याख्यात्यांच्या उत्पन्नापेक्षा अधिक होते. ..."

सांगण्याच उद्देश असा की स्वामीजी आणि इंगरसोल यांच्या तत्त्वज्ञानात अशा प्रकारे जमीन अस्मानचा फरक होता. एक उत्तर ध्रुव होता, तर दुसरा दक्षिण. या दोघांची मैत्री खरोखरच अदभूत गोष्ट होती. इंगरसोल स्वामीजींच्या धर्म, ईश्वर याच्याशी संबंधित मतांची खिल्ली उडवित असत. एके दिवशी ते स्वामीजींना म्हणाले,

'हे जग एखाद्या संत्र्यासारखे आहे. शक्य होईल तितके पिळून त्याचा रस चाखायला हवा. परलोक आहे याचा काहीही पुरावा नाही, तेथील खोट्या आशेच्या आधारे संसारातील सुखांचा त्याग करण्याचा काही अर्थ नाही. कधी मृत्यू येईल काय माहीत? ”

स्वामीजी हासत म्हणाले, 'संसाररूपी संत्र्याचा रस काढणे मला तुमच्यापेक्षा चांगले माहीत आहे. त्यामुळे मी तुमच्यापेक्षा अधिक रस काढतो. मला मृत्यू नाही, हे मला माहीत आहे, त्यामुळे मला तुमच्यासारखी काहीही घाई झालेली नाही. मला जगाची कोणतीही भीती नाही कारण मला स्त्री, पुरूष कुटुंब असे कोणतेही बंधन नाही. माझ्या दृष्टीने सर्व जण ईश्वराचे रूप आहेत. विचार करा, माणसाला या रूपात पाहून मला किती आनंद मिळत असेल. मी निश्चित होऊन हा रस पीत आहे. तुम्हीही माझ्याप्रमाणेच या संत्र्याचा रस काढायला सुरूवात करा. तेव्हा तुम्हाला पहिल्यापेक्षा हजारपट अधिक रस मिळेल.”

स्वामीजींच्या या तर्काने इंगरसोल निरूत्तर झाला. व्याख्यान देत असताना काही श्रोते मध्येच एखादा प्रश्न विचारित असत. स्वामीजी त्याच्या प्रश्नाचे समाधानकारक उत्तर देत असत.

स्वामीजीच्या अनुपस्थितीत त्यांचे शिष्य त्यांचे कार्य समाधानकारकरित्या पुढे नेत होते. ते शहरात जात, तिथे लोक त्यांचे व्याख्यान ऐकण्यासाठी गर्दी करीत असत. पुन्हा अमेरिकेत आल्यावर स्वामीजींनी आपले कार्य पुढे सुरू ठेवले. ६ डिसेंबर १८९५ रोजी न्यूयार्कला पोहचल्यावर स्वामीजींनी २९ क्रमांकाच्या रस्त्यावर दोन विशाल हॉल भाड्याने घेतले. त्यासाठीची आर्थिक व्यवस्था बोस्टनमधील त्यांच्या एका शिष्येने केली होती. तिथे ते आपले शिष्य कृपानंद यांच्यासोबत राहत असत. इथे सुमारे दीडशे विद्यार्थी शिक्षण घेत होते. स्वामीजींनी इथेच कर्मयोगावर अनेक व्याख्याने दिली.

स्वामीजींची व्याख्याने त्यांचे शिष्य लिहून ठेवीत असत. कोणतेही भाषण शार्टहँड माहीत असल्याशिवाय लिहून ठेवणे शक्य नव्हते. काही दिवसांनंतर त्यासाठी इंग्लंडहून आलेल्या गुडविन यांना त्यासाठी नेमण्यात आले. ते स्वामीजीमुळे इतके प्रभावित झाले की त्यांचे शिष्य बनले.

'बडे दिन'च्या निमित्ताने श्रीमती ओली बूलयांच्या आग्रहानुसार स्वामीजींनी तेथील महिलांसमोर भारतीय स्त्रियांचे आदर्श या विषयावर आशयपूर्ण व्याख्यान दिले. यामुळे केंब्रिजमधील इतक्या प्रभावित झाल्या की स्वामीजी सारखा पुत्र जन्माला घालणाऱ्या मातेला धन्यवाद देऊ लागल्या. त्यांनी स्वामीजींच्या मातेला

एक पत्र लिहिले. या पत्रासोबत माता मेरीच्या कुशीत येशु असल्याचे एक चित्रही होते. त्या पत्रातील महत्त्वाचा भाग इथे दिला आहे,

"... जगाच्या कल्याणासाठी प्रभू येशुला जन्म देणाऱ्या माता मेरीचा जन्मदिवस आम्ही अतिशय आनंदाने साजरा करीत आहोत. यावेळी आपला पुत्र आमच्यासोबत असल्यामुळे आम्ही तुम्हाला सश्रद्ध अभिवादन करतो. ... तुमच्या या मुलामुले तुमच्या जीवनाचा प्रभाव स्पष्ट आहे. ... त्या परमेश्वराचा आशीर्वाद या धरतीवर पसरावा, या उद्देशाने तुम्ही केलेले कार्य त्यांन सदैव प्रेरीत करीत राहील. या सर्व विचारासह आमची कृतज्ञता स्वीकार करा...."

काही दिवसानंतर स्वामीजी पुन्हा न्यूयार्कला परत आले. त्यांची भाषणे ऐकण्यासाठी लोक प्रचंड गर्दी करीत असत. ते न्युयार्क पीपल्स चर्च, ब्रुकलिन मेटाफिजिकल सोसायटी आणि हडीमॅन होम्स (रविवारी मोफत) इथे व्याख्याने देत. व्याख्यान दिल्यावर ते नेहमी दोन श्रोत्यांच्या प्रश्नांना उत्तरे देत असत. फेब्रुवारी १८९६ पासून त्यांनी मॅव्हिसन स्केवर गार्डनमध्ये त्यांनी भक्तियोगावर व्याख्याने द्यायला सुरूवात केली. तिथे साधारणपणे दोन हजार श्रोते नयमित येत असत. याशिवाय अनेक संस्थांनी स्वामीजींना व्याख्याने देण्यासाठी आमंत्रित केले होते. त्यांच्या भाषणामुळे प्रभावित झालेल्या एका अमेरिकनाने 'ब्रह्मवादिन' या पत्रिकेते लिहिले आहे, "परमेश्वराने आमच्यावर कृपा करून एक असा धार्मिक शिक्षक आमच्याकडे पाठविला आहे, त्याचे उत्कृष्ठ तत्त्वज्ञान हळुहळू निश्चितपणे या देशाच्या नैतिक जीवनात प्रवेश करीत आहे. या असामान्य शक्तीच्या स्वामीने आणि शुद्ध चरित्र्याच्या मुनीने समुन्नत अध्यात्मिक जीवन, सार्वभौमिक धर्म, दया, आत्मत्याग आणि मानवबुद्धीद्वारे ग्रहण करता येतील अशा भावनांची व्याख्या केली आहे. स्वामी विवेकानंद यांनी आपल्यात अशा एका धर्माचा प्रचार केला आहे, जो सांप्रदाय आणि मतवाद याच्या बंधनापासून मुक्त आहे. त्यांना आपले शिष्य आणि अनुयायांसोबत अनेक मित्रही मिळाले आहेत. मैत्री आणि बंधु भावनेने ते समाजातील प्रत्येक स्तराकडे पाहतात. त्यांची व्याख्याने ऐकण्यासाठी आणि त्यांच्याशी गप्पा गोष्टी करण्यासाठी आमच्या शहरातील सर्वाधिक विद्वान जातात. त्यांचा प्रभाव गंभीरपणे पडत आहे. एक अध्यात्मिक जागृतीचा स्रोत अतिशय वेगाने खळाळत आहे. कोणत्याही प्रकारची स्तुती किंवा निंदा त्यांना कोणताही विरोध करण्यासाठी उत्तेजित करू शकत नाही...."

स्वामीजींनी अनेक अमेरिकन बुद्धिजीवींना सन्यांस दीक्षा दिली. त्यांना वेदांताचे

शिक्षण दिले. अनेक स्त्री पुरूष त्यांचे शिष्य झाले आणि स्वतःला वेदांती म्हणून घेण्यात त्यांना अभिमान वाटू लागला. स्वामीजींच्या या प्रभावाकडे इशारा करीत साधारणपणे बारा वर्षानंतर एक अमेरिकन कवयिी एग्रा व्हीलरने लिहिले आहे,

"... योगायोगाने एके दिवशी संध्याकाळी मी असे ऐकले, की भारतातून तत्त्वज्ञानाचे प्राध्यापक असलेले विवेकानंद न्यूयार्क या आमच्या शहरात आले असून आमच्या घरापासून जवळच असलेल्या एका ठिकाणी त्यांचे व्याख्यान होणार आहे. फक्त कुतुहलाने मी आणि माझे पती त्यांचे व्याख्यान ऐकण्यासाठी गेलो. पहिल्या दहा मिनिटातच आपण एक सूक्ष्म भावनामय जगात पोहचलो असल्याचा आम्हाला अनुभव आला. मंत्रमुग्ध होऊन आम्ही शेवटपर्यंत सर्व व्याख्यान ऐकले. भाषणाचा शेवट झाल्यावर एक नवीन साहस, नवीन आशा, नवीन शक्ती, नवीन विश्वास घेऊन जीवनातील कामे करू लागलो. माझे पती म्हणाले, 'हेच तत्त्वज्ञान आहे.' त्यानंतर ते सर्व काही सोडून कित्येक महिने स्वामीजींची व्याख्याने ऐकण्यासाठी जात असत. ..."

१८९६ च्या सुरूवातीला स्वामीजी न्यूयार्कवरून डिट्राईटला पोहचले. त्यांचे लघुलेखक श्री गुडवीनही सोबत होते. ते 'रिशलु' नावाच्या एका हॉटेलमध्ये थांबले होते. हे एक लहानसे हॉटेल होते आणि तिथे काही कुटुंबे भाड्याने रहात होती. स्वामीजी इथे भाषण देत असत. भाषण ऐकण्यासाठी येणाऱ्या लोकांसाठी तिथे पुरेशी जागा नव्हती. लोक पायऱ्यांवर बसून त्यांचे भाषण ऐकत असत. काही लोकांना निराश होऊन परतावे लागेल. त्यामुळे शेवटी त्यांनी डिट्राईट सोडण्यापूर्वी व्हेयेल चर्चमध्ये व्याख्यान दिले. त्या दिवशी संध्याकाळी त्याचे भाषण ऐकण्यासाठी इतकी गर्दी झाली होती, की दूरवर रस्त्यावरही लोक बसले होते. तरीही काही लोकांना परतावे लागले. याचे स्वामीजींच्या शिष्या श्रीमती एम. सी. फ्रँकलीन यांनी धावते वर्णन केले आहे, "स्वामीजींनी त्या अलोट गर्दीला मंत्रमुग्ध करून टाकले. त्यांच्या भाषणाचा विषय होता, 'पाश्चात्य जगासाठी भारताचा संदेश' आणि 'सार्वजनक धर्माचा आदर्श.' भाषण सर्वोत्तम आमि विद्वतापूर्ण होते. त्या रात्री मला ज्या स्वरूपात स्वामीजींचे दर्शन झाले ते अपूर्व होते. त्यांचे सौंदर्य अलौकिक होते. देहरुपी पिंजरा तोडण्यासाठी आत्मारुपी पक्षी प्रयत्न करीत आहे, असे वाटत होते. त्याचवेळी त्यांचे मरणासन या आसनाचा पूर्वानुभव झाला होता. अनेक वर्षांच्या परिश्रमाने ते क्लांत झाले होते. ..या भीतीला खोटे समजण्यासाठी मी

मला समजावण्याचा प्रयत्न केला, पण अंतरात्मा आशंकित झाला होता.

हॉवर्ड विद्यापीठातील व्याख्यान

स्वामीजींच्या प्रभावामुळे ख्रिस्ती मिशनरी शाशंक झाल्या होत्या. त्यांना आपले सिंहासन दोलायमान झाल्याचे जाणवत होते. ते त्यांच्याविरूद्ध अनेक प्रकारे प्रचार करू लागले होते आणि लोकांनी त्यांच्या सभेला जाऊ नये म्हणून त्यांना सल्ला देऊ लागले होते. पण स्वामीजींचे प्रशांसक असलेल्या आर. एल. ग्रॉसमेन यानी मिशनरीच्या या प्रयत्नाची कठोर निंदा केली.

याच काळात हॉवर्ड विद्यापीठातील तत्त्वज्ञानाचे प्राध्यापक फॉक्स यांनी त्यांना व्याख्यांनासाठी आमंत्रित केले. २५ मार्च १८९६ रोजी स्वामीजींनी हॉवर्ड विद्यापीठातील तत्वज्ञानाचे विद्यार्थी आणि अध्यापक यांच्यासमोर व्याख्यान दिले. विद्यापीठातील विद्यार्थ्यांच्या आग्रहानुसार हे व्याख्यान पुस्तक रूपाने प्रकाशित करण्यात आले. या पुस्तकाची प्रस्तावना याच विद्यापीठातील प्रोफेसर एव्हरेस्ट यांनी लिहिली होती. या आशयपूर्ण भाषणासाठी स्वामीजींबद्दल कृतज्ञता व्यक्त केली होती.

त्यानंतर स्वामीजी न्यूयार्कला परत आले. त्यांना वेदांताच्या प्रचारासाठी एक केंद्र स्थापन करायचे होते. त्यासाठी न्यूयार्कमध्ये 'वेदांत सोसायटी' ची स्थापना करण्यात आली. एक श्रीमंत व्यक्ती फ्रान्सिस एच लिंगेट यांना तिचे अध्यक्ष करण्यात आले. भगिनी हरिदासी (कुमारी वाल्डा) या योगाच्या शिक्षिका तसेच कृपानंद, योगानंद, अभयानंद यांना वेदांताचे प्रचारक नियुक्त करण्यात आले. श्रीमती अर्थर स्मिथ, श्रीमती वाल्टर गुडइअर, कुमारी मेरी फिलिप, कुमारी एमा धर्सबी यांच्यावर या सोसायटीच्या संचलनाचे कार्य सोपविण्यात आले.

दुसऱ्यांदा इंग्लंडमध्ये

स्वामीजींचे इंग्लंडमधील शिष्य त्यांना इंग्लंडला येण्यासाठी वारंवार विनंती करीत होते. त्यांची विनंती जास्त दिवस टाळणे शक्य नव्हते. म्हणून १५ एप्रिल १८९६ रोजी त्यांनी इंग्लंडला प्रयाण केले.

स्वामीजींचे अमेरिकेतील शिष्य त्यांना जाऊ देत नव्हते. त्यांचे जाणे आवश्यक होते. आता त्यांना इंग्लंडवरून भारतात परत यायचे होते. त्यामुळे त्यांनी अमेरिकेतील आपले कार्य पुढे चालविण्यासाठी आपले गुरूबंधू शारदानंद यांना न्यूयार्कला बोलावले. त्यांनी शारदानंदला लगेच इंग्लंडला येण्याविषयी पत्र लिहिले. त्यानंतरच त्यांना

न्यूयार्कला पाठविण्यात येणार होते.

स्वामीजी येण्याच्या आधीच शारदानंद इंग्लंडला आले होते. या काळात ते स्वामीजींचे एक शिष्य स्टर्डी यांच्या घरी थांबले होते. लंडनला पोहचल्यावर स्वामीजीही थेट स्टर्डी यांच्या घरी पोहचले. तीन-चार वर्षांच्या फरकाने भेट झाल्यामुळे दोन्ही गुरूबंधू अतिशय आनंदित झाले होते.

स्वामीजी आणि शारदानंद कुमारी मुलर आणि श्री स्टर्डी यांच्या घरी राहू लागले. स्वामीजी लंडनला परतल्याचे वृत्त कळताच शेकडो लोक त्यांना भेटण्यासाठी आणि त्यांचा उपदेश ऐकण्यासाठी येऊ लागले.

मे १८९६ च्या सुरूवातीपासून स्वामीजींनी नियमित स्वरूपात वेदांताचे शिक्षण आणि प्रश्नोत्तराचा कार्यक्रम तसेच ज्ञानयोगावर व्याख्याने द्यायला सुरूवात केली. या महिन्याच्या अखेरपर्यंत त्यांनी ज्ञान- कर्मयोगाच्या परस्पर संबंधांवर अतिशय महत्त्वाची व्याख्याने दिली. इंग्लडमधील अनेक ज्ञानार्थी लोक त्यांना व्याख्यानासाठी आपल्या घरी बोलावत असत. या काळात श्रीमती ॲनी बेझेंटही लंडनमध्येच होत्या. स्वामीजींनी त्यांच्या घरी 'भक्ती' या विषयावर व्याख्यान दिले. त्या काळात कर्नल अल्कार (थिऑसिफिकल सोसायटीचे संस्थापक) तिथेच होते.

स्वामीजींच्या व्याख्यानामुळे ऐग्लिन चर्चचे एक धार्मिक नेते केनल हायभिस खूप प्रभावित झाले. स्त्रियांमध्ये शिक्षणाचा प्रचार आणि प्रसार करण्यासाठी लंडनमध्ये सिसेम क्लब नावाची एक संस्था होती. या संस्थेतही स्वामीजींनी शिक्षणावर व्याख्यान दिले. प्राचीन भारतीय शिक्षण आणि आधुनिक शिक्षण पद्धतीची तुलना करीत मानवी चारित्र्याची निर्मिती हाच शिक्षणाचा उद्देश असल्याचे त्यांनी सांगितले.

स्वामीजींनी लंडनमधील एक श्रीमंत महिला श्रीमती मार्टीन यांच्या घरी 'हिंदुचे आत्माविषयक समज' या विषयावर व्याख्यान दिले. या भाषणाविषयी १४ जून १८९६ च्या 'द लंडन अमेरिका' या पत्रिकेने लिहिले, ''स्वामी विवेकानंद यांनी हिंदु धर्माला फक्त अंधश्रद्धेपासूनच मुक्त केले असे नाही, तर एका उज्ज्वल ठिकाणी प्रस्थापित केले. त्यामुळे त्यांच्याबद्दल मानवी श्रद्धा व्यक्त केल्याशिवाय राहवत नाही.'' या पत्रिकेनुसार स्वामीजींच्या या भाषणाच्या वेळी गुप्त स्वरूपात राज कुटुंबातील काही व्यक्तीही उपस्थित होत्या.''

प्रोफेसर मॅक्समुलर यांची भेट

भारतीय ज्ञानाचे गाढे अभ्यासक प्रो. मॅक्समुलर या काळात ऑक्सफर्डमध्येच होते. त्यांच्या निमंत्रणावरून स्वामीजी त्यांना भेटण्यासाठी गेले. प्रोफेसर मॅक्समुलर यांनी 'नायनटिन्थ सेंच्युरी' पत्रिकेत श्रीरामकृष्ण परमहंस यांच्याविषयी एक लेख लिहिला होता. हा वाचून स्वामीजी आधीच त्यांना भेटू इच्छित होते. योगायोगाने यावेळी त्यांची इच्छा पूर्ण झाली.

प्रोफेसर मॅक्समुलर यांना श्रीरामकृष्ण यांचे जीवन चरित्र लिहायचे होते, पण त्यासाठी त्यांच्याकडे साधन सामग्रीचा अभाव होता. स्वामीजीकडून त्यांना पुरेशा प्रमाणात आवश्यक ते साहित्य मिळाले. याच्याच आधारे नंतर त्यांनी परमहंस यांचे जीवन चरित्र लिहिले. दोन्ही महापुरूष एक दुसऱ्याला भेटल्यामुळे आनंदित झाले. स्वामीजींचा वेदांत प्रचार पाहून मॅक्समुलर अतिशय प्रभावित झाले. जेवणानंतर ते स्वामीजी आणि त्याचे शिष्य स्टर्डी यांच्यासोबत फिरायला गेले. त्यांचा प्राचीन विद्याभ्यास, भारतीय साहित्य आणि तत्त्वज्ञान यामुळे स्वामीजीही प्रभावित झाले. बोलता बोलता त्यांनी मॅक्समुलर यांना विचारले, "तुम्ही भारतात केव्हा येताहात? ज्या महापुरूषाने आमच्या पूर्वजांच्या ज्ञानाची श्रद्धेने चर्चा केली आहे. त्याचा योग्य प्रकारे सत्कार केल्यामुळे भारतीयांना आपार आनंद मिळेल, याबद्दल शंकाच नाही."

हे ऐकताच वृद्ध प्रोफेसर मॅक्समुलर यांच्या चेहऱ्यावर एक नवीन चमक आली. डोळयात आसवे आणून ते म्हणाले, "तिथे आल्यावर परत इकडे न येण्याची शक्यता अधिक आहे. माझे अंतिम संस्कारही तुम्हालाच करावे लागतील."

त्या रात्री स्वामीजी लंडनला परत येण्यासाठी स्टेशनवर आले तेव्हा वादळ आणि पावसाला सुरूवात झाली होती. एक वृद्ध व्यक्ती अशा प्रकारे त्रास सहन करीत आहे, हे पाहून स्वामीजी म्हणाले, "तुम्हाला त्रास घेण्याची काही गरज नाही."

"श्रीरामकृष्ण यांच्या योग्य शिष्याचे दर्शन घेण्याची संधी वारंवार मिळत नाही." प्रोफेसर मॅक्समुलर यांनी उत्तर दिले.

या भेटीनंतर दोघांतही अतूट मैत्रीसंबंध निर्माण झाले. त्यानंतर दोघांची पुन्हा कधी भेट होऊ शकली नाही, पण दोघांत पत्र व्यवहार मात्र सुरूच राहिला.

स्वित्झलंडचा प्रवास

स्वामीजी पहिल्यांदा इंग्लंडला आले होते तेव्हाच अनेक व्यक्तींनी त्यांचे शिष्यत्व स्वीकारले होते. यावेळी सेवियर जोडपे त्यांचे शिष्य झाले. श्रीमती सेविएर त्यांच्या

आधीपासूनच शिष्या होत्या. स्वामीजी त्यांना मा म्हणत असत. प्रोफेसर मॅक्समुलर यांना भेटल्यानंतर स्वामीजी सेविएर जोडपे आणि श्रीमती मॅक्समुलर यांच्यासोबत जुलै १८९६ मध्ये काही दिवस फिरण्यासाठी स्वित्झर्लंडला गेले.

जिनेव्हात त्यावेळी एक शिल्प प्रदर्शन भरले होते. प्रदर्शनात स्वामीजी एखाद्या लहान मुलाप्रमाणे फुगे उडविण्याचा हटट्र करू लागले. फुग्यात बसून उडण्याचा कार्यक्रम सायंकाली होत असे. स्वामीजीची प्रकृती पाहता त्यांनी असे करू नये, असा सल्ला सोबत आलेल्यांनी स्वामीजींना दिला. पण ते काही ऐकत नव्हते आणि अजून त्याचा वेळ झाला नाही, का असे वारंवार विचारित होते. ठरलेल्या वेळी स्वामीजी फुग्यात बसून वर उडाले. त्यातून उतरल्यावर त्यांनी एक सामुहिक फोटोही काढून घेतला.

जिनेव्हामध्ये ते एका हॉटेलमध्ये थांबले होते. तिथून ते आपल्या शिष्यासमवेत 'कॅसल ऑफ चिली' पहायला गेले. त्यानंतर त्यांनी तेथील अनेक प्रेक्षणीय स्थळांना भेटी दिल्या. नंतर दोन आठवडे ते आल्पस पर्वतांच्या रांगानी घेरलेल्या एका गावात राहिले. इथे त्यांनी एकांतात ध्यानाचा सराव केला. या दोन आठवड्याच्या विश्रांतीमुळे त्यांची प्रकृती खूप सुधारली. आल्प्स पर्वत पाहून स्वामीजी आपल्या शिष्यांना म्हणाले, "मी हिमालयात एक मठ स्थापन करून उर्वरित जीवन तिथेच घालविण्याचा विचार करीत आहे. या मठात माझे भारतीय आणि पाश्चात्य शिष्य राहतील. मी त्यांना कर्माचे शिक्षण देईन. त्यातील एक गट पाश्चात्य देशात आणि दुसरा गट भारतात प्रचार कार्य करीन."

जर्मनीमध्ये प्रोफेसन डायसन यांची भेट

जर्मनच्या कौल विद्यापीठातील संस्कृतीचे प्रोफेसन डायसन स्वामीजींच्या विद्वतेबद्दल ऐकून त्यांना भेटू इच्छित होते. त्यामुळे त्यांनी स्वामीजींना एक आमंत्रण पत्र पाठविले. पत्र इंग्लंडला पोहचले होते. स्वामीजींच्या शिष्यांनी ते त्यांच्यापर्यंत पोहचविले.

स्वामीजी स्वित्झर्लंडवरून थेट जर्मनीला पोहचले आणि कीलनगरच्या दिशेने निघाले. ते आल्याची बातमी कळताच प्रोफेसर डायसन अतिशय आनंदित झाले. स्वामीजी ज्या ठिकाणी थांबले होते, त्याच ठिकाणी त्यांना डायसन यांचा एक संदेश पाठविला. दुसऱ्या दिवशी सकाळी जेवणासाठी त्यांनी स्वामीजीना आमंत्रित केले होते. ठरलेल्या वेळी त्या ठिकाणी सेवियर जोडप्यासह प्रोफेसर डायसन यांच्या घरी ते पोहचले. डायसन दांपत्याने त्यांचे हार्दिक स्वागत केले. सुरूवातीच्या गप्पा गोष्टी

झाल्यावर प्रोफेसर डायसन आपण लिहिलेल्या पुस्तकातील काही भाग वाचून दाखवू लागले. ही पुस्तके वैदिक साहित्याविषयी होती. मग ते म्हणाले, "वेद वेदांताचे ज्ञान एका क्षणात माणसाला बाह्यजगापासून वेगळे करते."

प्रो. डायसन प्रामुख्याने वेदांताचे तज्ज्ञ होते. ते वेदांताला तत्त्वज्ञान न समजता सर्वोच्च जीवनाचा अवलंब म्हणत असत. त्यांचे वेदांत प्रेम पाहून स्वामीजी अतिशय आनंदित झाले. प्रोफेसर डायसन यांनी १८८३ मध्ये 'रॉयल एशियाटिक सोसायटी'च्या मुंबई शाखेत वेदांतावर व्याख्यान दिले होते. त्यांच्या भाषणाचे सार विद्वानांमध्ये चर्चेचा विषय झाले होते. ते त्यांनी स्वामीजींनाही ऐकविले. ते असे होते,

"वेदांत म्हणजे पवित्र नीतींचा ठाम पाया आहे. ते जीवन आणि मृत्यू यांच्या मध्ये दुःखांच्या समुहासाठी सांत्वना करणारे स्थळ आहे. हे भारतीयांनो, या पवित्र विधीची कधीही त्याग करू नका."

सकाळचे भोजन स्वामींनी डायसन यांच्या घरी केले. त्या दिवशी त्यांच्या एका मुलीचा वाढदिवसही होता. त्यानंतर स्वामीजी जायला निघाले होते,पण यजमानाच्या अतिशय अग्रहामुळे त्यांना थांबावे लागले. प्रो. डायसन यांच्या पत्नीनेही भारत प्रवास केला होता. त्यांनी आपल्या प्रवासातील आठवणी सांगितल्या. आनंदी वातावरणात अनेक विषयावर गप्पा गोष्टी झाल्या. त्यावेळच्या एका घटनेवरून स्वामीजींच्या अदभूत स्मरणशक्तीविषयी माहिती मिळते. त्याचे असे झाले की काही कामानिमित्त गृहस्वामी थोडा वेळ बाहेर गेले. स्वामीजी तिथेच ठेवलेले एक कवितांचे पुस्तक वाचून लागले. थोड्या वेळानंतर डायसन परत आले तेव्हा स्वामीजी पुस्तक वाचनात इतके तल्लीन झाले होते की त्यांना याचा पत्ताच लागला नाही. पुस्तक वाचल्यानंतर स्वामीजींनी त्यांना पाहिले आणि म्हणाले, 'पुस्तक वाचण्यात मी इतका गढून गेलो होतो, कदाचित तुम्हाला खूप वेळ वाट पहावी लागली असेल.'

स्वामीजी पुस्तक वाचण्यात तल्लीन झाले असावेत यावर प्रो. डायसन यांना विश्वास वाटला नसावा. ते दुसऱ्या कशा तरी विचारात असावेत असे त्यांना वाटले. स्वामीजींनी त्यांच्या मनातील गोष्ट ओळखली आणि गप्पा मारता मारता त्या पुस्तकातील कविता म्हणून लागले. प्रो. डायसन यांना खूप आश्चर्य वाटले आणि ते म्हणाले, 'तुम्ही याआधीही हे पुस्तक वाचले असेल, नाही तर चारशे पानाचे पुस्तक एकदा वाचून आर्ध्या तासात पाठ करणे शक्य वाटत नाही.'

स्वामीजी हसले आणि म्हणाले, "जितेंद्रिय योग्यासाठी हे अशक्य नाही. ही शक्ती सर्वजण मिळवू शकतात, याची मला खात्री आहे. मी एक त्यागी सन्यांशी असल्याचे तुम्हाला माहीत आहे. अजन्म ब्रह्मचर्याचे पालन केल्यामुळे मला ही शक्ती मिळाली आहे. पाश्चात्य जगातील लोक यावर विश्वास ठेवणार नाहीत."

प्रो. डायसन यांचा विश्वास बसू लागला. भारतीय सन्यांशाकडे असलेल्या अशा प्रकारच्या शक्ती त्यांना माहीत होत्या. वास्तविक पाहता स्वामीजींच्या अलौकिक तेजाचे सामर्थ्य त्यांच्या ब्रह्मचर्यात दडलेले होते. ते आपल्या तरूण आणि बालक शिष्यांना सांगत असत, 'तुम्ही जर काम, क्रोध यासारक्या प्रलोभनांपासून दूर राहून चौदा वर्षे सत्याची सेवा करू शकलात, तर तुमचे हृदय अशा एका दिव्य तेजाने अलौकिक होऊन जाते, की तुम्ही ज्याला असत्य समजता ते तुमच्या समोर प्रकट करण्याचे धाडस कोणीही करू शकणार नाही.'

तसे स्वामीजी गृहस्थाश्रमाच्या पूर्णपणे विरोधी नव्हते. तरीही मानव जातीच्या कल्याणासाठी ते हे आवश्यक समजत होते. अतिशय विषयासक्ती ते निंदनिय समजत असत. याविषयी त्यांचे विचार त्यांच्याच शब्दातून व्यक्त होतात,

"... आम्ही लोक फक्त तोंडानेच स्वदेशाच्या हिताचा घोषा लावतो. स्वतःला महान धार्मिक समजून आनंदाने नाचू लागतो. इतरांच्या तुलनेत मद्रासी अधिक तीव्र आहेत आणि ठामपणे कामाच्या मागे लागतात. विवाह, विवाह, विवाह!!! जणू काही याच एका कर्मेंद्रियासाठी त्यांनी जन्म घेतला आहे. योनिकीटक. स्वतःला धार्मिक आणि सनातन धर्मी म्हणवतात. अनासक्त गृहस्थ असणे प्रशंसनीय आहे. पण यावेळी त्याची इतकी आसक्ती नाही. तरीही वेश्यागमन केल्यामुळे इंद्रियांची जी आसक्ती असते, आज काल विवाह संबंधाच्या बाबतीतही मुलांमध्ये त्याच प्रकारची आसक्ती आढळून येते. मला मात्र अशा लोकांची आवश्यकता आहे, ज्यांच्या मांसपेशी लोखंडासारख्या टणक आहेत. स्नायु जणू स्टीलचे बनलेले आहेत. त्यांच्या शरीराच वज्रासारखी इच्छाशक्ती असावी. वीर्य ! मानवता ! क्षात्रतेज ! आपली मुले ज्यांच्याकडून अपेक्षा ठेवल्या जातात त्यांच्याकडे सर्व प्रकारच्या गुण शक्ती आहेत. या लाखो मुलांना विवाहाच्या वेदीवर बळी दिले नाही, तर देशात सत्यासाठी लढणासाठी ते तत्पर होतील. " स्वामीजींनी आणखी काही दिवस

जर्मनीत रहावे असे प्रो. डायसन यांना वाटत होते; पण स्वामीजींना आता भारतात परतायचे होते. त्यामुळे ते त्यांची विनंती स्वीकारू शकले नाहीत. त्यांच्यामुळे प्रो. डायसन इतके प्रभावित झाले की ते स्वामीजींचा जास्त जास्त सहवास मिळवू इच्छित होते. त्यामुळे त्यांच्यासोबत तेही काही दिवसांसाठी लंडनला आले.

निरोप समारंभ

स्वामीजींनी स्वामी शारदानंद यांना जूनमध्येच अमेरिकेला पाठविले होते. या दरम्यान स्वामी अभेदानंदही भारतातून इंग्लंडला आले होते. स्वामीजींनी इंग्लंडमधील पुढील प्रचार कार्याची धुरा त्यांच्यावर सोपविली. स्वतः भारतात जाण्याची तयारी करू लागले. ऑक्टोबर नोव्हेंबर १८९६ मध्ये त्यांनी अद्वैतवादावर व्याख्याने दिली. या निमित्ताने त्यांनी पाश्चात्य देशांतील लोकांना इशारा दिला, की ते भोगवादाच्या परमोच्च बिंदुच्या दिशेने निघाले आहेत. ते या मार्गावरून परत फिरले नाहीत, तर त्यांची संस्कृती नष्ट होईल. ते म्हणाले होते, "तुम्ही या संदेशाचा स्वीकार केला नाहीत, तर पुढील पन्नास वर्षांत तुमचा विध्वंस होईल."

आपण लवकरच स्वदेशी परत जाणार असल्याचे स्वामीजींनी ऑक्टोबरमध्येच सांगून टाकले होते. त्यांची शिष्या ओली बूल त्यांना भारतातील प्रचार आणि श्रीरामकृष्ण मिशनच्या स्थापनेसाठी त्यांना अर्थसहाय्य द्यायला तयार झाली होती. त्यांच्या या आशयाच्या पत्राला उत्तर देतांना स्वामीजींनी लिहिले होते, की मला कोलकत्ता, मद्रास आणि हिमालयाच तीन केंद्र स्थापन करायची आहेत. पण त्यासाठी आतापासूनच आर्थिक मदत घेणे मान्य नव्हते. याविषयी भारतात गेल्यावरच विचार करण्याचा त्यांचा मानस होता.

डिसेंबर महिन्यात स्वामीजी भारतात येण्यासाठी प्रस्थान करणार होते. त्यांच्या इंग्लंडमधील शिष्यांनी आणि मित्रांनी १३ डिसेंबर १८९६ रोजी पिकाडिली येथील विशाल सभागृहात एक निरोप समारंभ आयोजित केला. यावेळी स्वामीजींना अभिनंदन पत्रही देण्यात आले. त्यांच्या वियोगाच्या नुसत्या कल्पनेनेच लोकांना विव्हळ केले होते. त्यांच्या डोळयातील आसवे पाहून स्वामीजींच्या तोंडून सहजपणे निघून गेले, ' असे वाटते की मी यालाच कल्याण समजून या शरीराची बंधने तोडून टाकावी. जुन्या वस्त्राप्रमाणे याचा त्याग करून टाकू. पण या विश्वातील प्रत्येक व्यक्तीला सर्वोच्च सत्याचा साक्षात्कार होणार नाही, मी मानव जातीच्या कल्याणासाठी धर्माचा प्रचार थांबवू शकणार नाही.

इंग्लंडमधील अनेक बुद्धिजिवींचीही त्यांच्यावर अपार श्रद्धा होती. पाश्चात्य जगात भारतीय वेदांत तत्त्वज्ञानाचा प्राचर करणारे ते पहिले भारतीय होते. याविषयी हाऊडस नावाच्या पाश्चात्य विद्वानाने लिहिले होते, की स्वामीजीमुळे प्रभावित होऊन शेकडो लोकांनी ख्रिश्चन चर्चाशी संबंध तोडून टाकले होते. स्वामीजींच्या व्यक्तिमत्त्वाचा महिमा सांगताना भगिनींच्या अमूल्य आठवणींचे भांडार सोडून गेले होते. मानवमात्राविषयी त्यांचे प्रेम अमूल्य रत्न होते, असे सांगताना मला अजिबात संकोच होत नाही.

ब्रिटनमधील त्यांच्या अदभूत प्रचारामुळे अनेक व्यक्ती त्यांच्या शिष्य झाल्या होत्या आणि त्यांच्या मनात भारताविषयी एक श्रद्धा भावना जागृत झाली होती. याविषयी प्रसिद्ध कॉंग्रेस नेते विपिनचंद्र पाल यांनी लिहिले होते, “विवेकानंद यांच्या भाषणांचा काहीही विशेष प्रभाव पडला नाही आणि त्यांचे मित्र त्यांचे कार्य उगीच मोठे करून सांगतात, असा अनेक भारतीयांचा समज आहे. पण इथे इंग्लंडमध्ये आल्यावर मी त्याचा अदभूत प्रचार पाहत आहे. इथे मी अनेक व्यक्तींशी बोललो आहे. वास्तविक पाहता त्यांच्या मनात स्वामीजीविषयी अपार श्रद्धा होती. मी स्वामीजींच्या समाजाचा नाही आणि त्यांच्याशी माझे मतभेदही आहेत. तरीही मला असे म्हणावे लागेल,की वास्तविक पाहता अनेक लोकांना त्यांनी नवीन मार्ग दाखविला. त्यांच्या हृदयात उदारता भरली. त्यांच्या प्रचार कार्यामुळेच आज अनेक लोकांना हे कळले आहे, की हिंदुच्या प्राचीन शास्त्रांमध्ये आध्यात्मिक सत्याचे गुढ रहस्य दडले आहे.”

स्वामीजी आत्मनिग्रह आणि सदाचाराचे प्रतिक झाले होते. पाश्चात्य संस्कृतीसाठी ही अशक्य बाब होती. कदाचित यामुळेच ते लोक स्वामीजीमुळे इतके प्रभावित झाले असावेत. स्वामीजी खऱ्या अर्थाने वेदांती होते. कट्टर आत्मनिग्रही असूनही तो कोणाचा तिरस्कार करीत नव्हते. त्याच्या दृष्टीने एक महान सन्यांशी आणि एक पतिता वेश्या सर्व सारखेच होते. त्यांना वेश्यांबद्दल काहीही तिरस्कार नव्हता. त्यांच्या कामाचा तिरस्कार होता, हे वेगळे. स्वामीजी लहानपणापासूनच चारित्र्याच्या पावित्र्यावर भर देत होते. सुरूवातीला ते कट्टर स्वभावाचे सच्चरित्र होते. कोणाबद्दलही सहानुभूती व्यक्त करू शकत नव्हते. तो कोलकत्यातील थियटरसमोरील फूटपाथवरूनही चालू शकत नव्हते. हळू हळू त्यांच्यातील हा कट्टरपणा दूर झाला. तेहतीस वर्षांच्या

अवस्थेतच ते उदार स्वामी विवेकानंद झाले होते. त्यांना आता वेश्यांबद्दल तिरस्कार वाटत नव्हता.

वेश्यांबद्दलची स्वामीजींचा तिरस्कार संपल्या मागे एक मार्मिक घटना घडली होती. ते ज्यावेळी भारत भ्रमणाला निघाले होते आणि जयपूरला पोहचले तेव्हा खेतरीचे राजा त्यांच्यासोबत होते. जयपूरच्या राजाने खेतरी राजाच्या सन्मानार्थ वेश्यांचे नृत्य आणि गाणे आयोजित केले होते. महाराजांनी स्वामीजींना असा संदेश पाठविला की त्यांनीही गाणे ऐकायला यावे. 'सन्यांसासाठी असे करणे अयोग्य असल्याचे' सांगून त्यांनी या सभेला जाण्यासाठी नकार दिला. स्वामीजींच्या या उत्तराने वेश्यांना खूप दुःख झाले. त्यांचे हृदय पिळवटून निघाले. काही वेळानंतर तिने सूरदासाचे 'प्रभूजी मेरे अवगुण चित्त ने ध रो' हे पद म्हणायला सुरूवात केली. करुण स्वरातील त्यांचे हे गायन राजमहालात इतर ठिकाणी बसलेल्या स्वामीजींच्या कानावर गेले. त्यावेळी त्यांचे मन करूणेने भरून गेले. ते त्याच वेळी वेश्यांकडे गेले आणि त्यांनी त्यांची क्षमा मागितली.

अमेरिकेत एकदा एका व्यक्तीने स्वामीजींना विचारले, "स्वामीजी, वेश्या तर अपवित्रतेची खाण आहेत, त्यांच्या संसर्गाने समाजाला वाईटाशिवाय दुसरे काय मिळते? " त्यावर स्वामीजींचे उत्तर होते, "वाटेत त्या दिसल्या म्हणून नाक-डोळे उडवू नका. वास्तवात वेश्या ढाल होऊन समाजातील अनेक सतीच्या सतित्वाचे रक्षण करीत असतात, त्या तिरस्काराला नाही तर अभिनंदनाला पात्र आहेत "

श्रीरामकृष्ण परमहंसही वेश्यांचा तिरस्कार करीत नसत. अनेक वेश्या दक्षिणेश्वराला दर्शनासाठी जात असत. हिंदुचे खिश्चन झालेले रेव्हरंड मुजुमदार यावर टीका करीत असत. या विषयावर स्वामीजींना कुणी तरी पत्रही लिहिले होते. त्यावेळी त्यावर आपली प्रतिक्रिया व्यक्त करताना ते म्हणाले, "वेश्या दक्षिणेश्वराच्या तीर्थस्थळी येणार नाहीत, तर कुठे जातील? पुण्यात्म्यांपेक्षा पापी आत्म्यांवर परमेश्वर जास्त कृपा करीत असतो. जे लोक परमेश्वराच्या दारात गेल्यावरही ती वेश्या आहे, ती नीच जातीची आहे, अशा प्रकारचा विचार करतात, अशा लोकांची संख्या (ज्यांना तुम्ही सज्जन म्हणता) जितकी कमी असेल तितके चांगले. जे भक्ताची जात, व्यवसाय किंवा योनी पाहतात, ते आपल्या रामकृष्णाला कसे समजू शकतील? माझी तर देवाला विनंती आहे, की त्यांना वंदन करण्यासाठी शेकडो वेश्या याव्यात, सभ्य पुरूष येवोत की न येवो. वेश्या, चोर, डाकू, मद्यपी यावेत त्यांच्यासाठी देवाचे दार उघडे आहे.

लंडनहून प्रयाण

डिसेंबरमध्ये भारतात परतण्याचा निर्णय स्वामीजींनी आधीच घेतला होता. त्यांचा भारतात परत येण्याचा काळ जस जसा जवळ येत होते, तस तसे ते लहान मुलासारखे अतूर होत होते. त्यांच्या मनात आपल्या मातृभूमीबद्दल किती प्रेम होते, याची कल्पना एका घटनेवरून येऊ शकते. ते भारतात परतण्यापूर्वी कोणा तरी व्यक्तीने त्यांना विचारले, "स्वामीजी, चार वर्षे भोगांची भूमी असलेल्या महान संपन्न पाश्चात्य जगात राहिल्यानंतर आता तुम्हाला भारतात कसे वाटेल? "

"पाश्चात्य देशांत येण्यापूर्वी माझे भारतावर प्रेम होते. आज भारतातील धूळही माझ्यासाठी पवित्र आहे. भारतातील हवा माझ्यासाठी पवित्र आहे. भारत माझ्यासाठी तीर्थ आहे."

१ ६ डिसेंबर १ ८ ९ ६ रोजी स्वामीजी सेवियर जोडपे आणि इतर अनेक शिष्यांसह लंडनहून भारताकडे निघाले. आधी ते फ्रान्स मार्गे फ्लोरेन्स (इटली) पोहचले. तिथे त्यांनी अनेक प्रेक्षणीय स्थळांना भेटी दिल्या. इथेच त्यांना शिकागो मधील हेल जोडपेही भेटले. जे त्यांचे पूर्व परिचित होते. (शिकागोमध्ये स्वामीजी सर्वात आधी त्यांच्याच घरी थांबले होते. याचा आधीच उल्लेख केला आहे.) अचानकपणे स्वामीजींचे दर्शन झाल्यामुळे हेल जोडपेही आनंदीत झाले.

फ्लोरेन्स नंतर स्वामीजी रोमन संस्कृतीचे केंद्र राहिलेल्या रोमला पोहचले. इथे ते कुमारी एडवर्डस आणि कमारी एलबर्टा स्टार्गिस यांच्या घरी थांबले. या दोघींचा पत्ता स्वामीजींना त्यांची अमेरिकन शिष्या कुमारी मॅक्लिओड यांनी दिला होता. कुमारे एलबर्टो स्टर्गिस या मॅक्लिओडच्या पुतणी होत्या. या दोघीही स्वामीजींच्या शिष्या झाल्या.

स्वामीजी साधारणपणे एक आठवडा रोममध्ये राहिले. या दरम्यान त्यांनी रोममधील अनेक ऐतिहासिक स्थळांना भेटी दिल्या. रोमनंतर ते नेपल्सला पोहचले. इथे भारतात जाण्यासाठी जहाज वेळेवर आले नाही. त्यामुळे त्यांना इथे काही दिवस थांबावे लागले. शेवटी ३० डिसेंबर १ ८ ९ ६ रोजी ते भारतात आले.

भारतात

स्वामीजी भारतात परतण्यासाठी नेपलहून जहाजात चढले तेव्हा त्यांना तिथे अमेरिकेत त्यांचे लघुलेखक राहिलेले गुडविन भेटले. ते स्वामीजीसोबत भारतात जाण्यासाठी साऊथम्प्टनहून निघाले होते. आता भारतात राहूनच आपले कार्य पुढे नेण्याचे स्वामीजींनी नक्की केले होते.

प्रवासाला सुरूवात झाली. स्वामीजींच्या मनात पाश्चात्य संस्कृतीतील गुण दोषांबाबत मंथन सुरू झाले. याचे वर्णन करताना श्री सत्येंद्रनाथ मुजुमदार लिहितात,

“विवेकानंद जहाजात बसून काय दिले आणि काय मिळविले याचा हिशोब मांडू लागले. पूर्व आणि पश्चिमेकडील थोर विचारधारा आणि अध्यात्मिक भावनांचे अदान प्रदान केल्यामुळे परस्परातील समन्वय आणि वैज्ञानिक शोध पाहून स्वामीजी मुग्ध झाले होते. त्याचबरोबर राजकारणाच्या नावाखाली लाच स्वीकारणे, ‘वोट’ मिळवून सत्ता मिळविणे, व्यापाऱ्यांचा धनलोभ, साम्राज्यवादाची अशा हे सर्व पाहून ते क्षुब्ध झाले. विशेषत्वाने भारतावर विजयी राज्य करणाऱ्या इंग्लंडचे वास्तविक रूप त्यांनी पाहिले. ‘संसार सागरातील सर्वविजयी वैश्यशक्तीच्या अभ्युत्थानरूपी महालांटाच्या शिखरावर पांढऱ्या फेसाळलेल्या राशीत इंग्लंडचे सिंहासन आहे. येशु ख्रिस्त, बायबल, राजमहाल, सैन्य शक्तीची भूकंप करणारा पद रव, तुतारीचा निनाद, राजसिंहासनाचे विशाल अवडंबर या सर्वांच्या मागे वास्तविक इंग्लंड आहे. त्या इंग्लंडची ध्वजा आहे कारखान्याच्या चिमण्या; सैन्य पाण्यावर वाहणारे जहाज आहे; युद्धभूमी आहे जगातील व्यापार आणि तेथील सम्राज्ञी आहे सुवर्णांगी लक्ष्मी. ’ सुंदर, समतोल दूरदृष्टी असलेल्या स्वामीजींनी पाहिले होते, की वाणी किंवा वैश्य यांच्या वतीने शासीत असलेल्या या युरोपाच्या छातीवरील शुद्राच्या विद्रोहाची पूर्वकल्पना. समष्टीच्या जीवनातच व्यष्टीचे जीवन आहे; समष्टीच्या सुखातच व्यष्टीचे सुख आहे. समष्टी

सोडल्यावर व्यष्टीला अस्तित्वच शक्य नाही. हे त्रीकालाबाधित सत्य जगाचे मूळ आहे.

"निसर्गाच्या डोळ्यात धूळ फेकण्याचे सामर्थ्य कोणात आहे? समाजाच्या डोळ्यात जास्त दिवस धूल फेकली जाऊ शकत नाही. सर्व काही सहन करणाऱ्या धरतीप्रमाणे समाजही सर्व काही सहन करतो; पण एके दिवशी तो नक्कीच जागा होतो. त्याच्या जागे होण्यामुळे अनेक युगांपासून साचलेली धूळ आणि मलीनपणा निघून जातो..."

श्रीलंकेत

३० डिसेंबर रोजी नेपल्सहून प्रस्थान केल्यावर १५ जानेवारी रोजी स्वामीजींना श्रीलंकेच्या शस्य शामला भूमीचे दर्शन झाले. स्वामीजी आनंदाने नाचू लागले. जहाज हळूहळू कोलंबो बंदरात आले. स्वामीजी येणार असल्याची बातमी आधीच भारतात आली होती. भारतातच नाही, तर श्रीलंकेतही त्यांच्या स्वागत्यासाठी समित्या स्थापन करण्यात आल्या होत्या. स्वामीजी आधी कोलंबोला येणार आहेत म्हटल्यावर भारतातील काही लोकही कोलंबोला पोहचले होते. कोलंबोतील भारतीय समाजात एक अपूर्व उत्साह संचारला होता. भारताच्या आधीच स्वामीजीचे दर्शन आणि स्वागत करण्याचे श्रेय मिळवू इच्छित होते.

जहाज किनाऱ्याला लागताच स्वामीजी बाहेर येण्यासाठी उत्सुक झाले. केसरी वस्त्र धारण केलेला हा भारताचा गौरव समोर दिसताच हिंदु समाजाने त्यांचा जयजयकार करायला सुरूवात केली. दुपारची वेळ होती. संध्याकाळ व्हायला थोडा वेळ होता. सूर्याची सोनेरी किरणे स्वामीजीच्या भगव्या वस्त्र धारण केलेल्या देहाला एक वेगळी झळाळी मिळवून देत होते. कोलंबोच्या हिंदु समाजाचे सन्मानीय सदस्य कुमार स्वामी त्यांचे स्वागत करण्यासाठी पुढे आले. त्यांनी स्वामीजींना पुष्पहार घातले.

जहाजातून उतरल्यावर स्वामीजींना दोन घोड्यांच्या रथातून शहरात नेण्यात आले. त्यांच्या सन्मानार्थ हा मार्ग फुले आणि वेलींनी सुशोभीत केले होते. जागो जागी कमानी उभारल्या होत्या. स्वामीजींच्या रथासोबत विशाल लोकांची शोभायात्रा चालली होती. मार्गावरून हळूहळू चालत त्यांचा रथ 'दारुचीनी' उद्यानात पोहचला. तिथे एक भव्य मंडप उभारण्यात आला होता. त्याच्या जवळ गेल्यावर ते रथातून

उतरले. त्यांनी जमिनीवर पाय ठेवताच लोक त्यांना चरणस्पर्श करण्यासाठी गर्दी करू लागले.

तिथे हिंदु समाजाच्या वतीने कुमार स्वामी यांनी स्वामीजींना सन्मानपत्र भेट देण्यात आले. आपल्या लोकांचे हे प्रेम पाहून स्वामीजी गदगदीत झाले. त्यांनी एक छोटेसे भाषण केले. या भाषणात ते म्हणाले,

"मी काही राजा, कुबेरपती किंवा एखादा प्रसिद्ध राजकीय व्यक्ती नाही, तर एक निर्धन आणि भिक्षा मागून आपला निर्वाह करणारा एक सन्यांशी आहे. तुम्ही माझा हा सन्मान केला आहे. मी तुमच्या भावना समजू शकतो, की हिंदु समाजाने अजून आपली अध्यात्मिक संपत्ती गमावली नाही. नाही तर त्यांनी एखाद्या सन्यांशाला अशा प्रकारे भक्ती भावनेने सन्मानित केले नसते. त्यामुळे हिंदुनो, आपला हा सांस्कृतिक वारसा आणि त्याचा गौरव विसरू नका. कितीही प्रतिकूल परिस्थिती निर्माण झाली तरीही धर्माच्या आदर्शाचे ठामपणे पालन करा."

दारूचीनी उद्यानावरून स्वामीजी एक विश्रामगृहावर पोहचले. जे लोक उद्यानात त्यांचे दर्शन करू शकले नाही, ते इथे आले होते. विश्रामगृहाच्या बाहेर थांबले होते. या विषयी माहिती कळल्यावर स्वामीजी व्हरांड्यात आले. इतके लोक आत येणे शक्य नव्हते. स्वामीजींचा हा उदारपणा पाहून लोक खूप खुश झाले. स्वामीजींनी हासत सर्वांना नमस्कार केला. लोक भावूक होऊन त्यांची पायधूळ घेऊ लागले. 'नारायण' म्हणून स्वामीजी सर्वांना आशीर्वाद देत होते. त्या रात्री त्यांनी तिथेच विश्रांती घेतली. दुसऱ्या दिवशी १६ जानेवारी रोजी त्यांनी कोलंबोतील फ्लोरल हॉलमध्ये 'पूण्यभूमी भारत' या विषयावर प्रभावी भाषण दिले. युरोपातून परतल्यावर त्यांचे हे पहिले भाषण होते.

१७ जानेवारी रोजी स्वामीजी धर्मविषयक चर्चा करीत राहिले. दुपारनंतर ते एका शीव मंदिरात गेले. वाटेत अनेक लोक त्यांच्या दर्शनासाठी उभे होते. त्यांच्या हातात स्वामीजींना भेट देण्यासाठी आणलेली फुले आणि फळे होती. स्वामीजींनी या वस्तू ग्रहण केल्या. स्वामीजी ज्या मार्गावरून पुढे चालले होते, त्या मार्गावरील दोन्ही बाजूच्या इमारतीवरून महिला त्यांच्यावर फुले, अक्षता, सुंगधी द्रव्य याचा सडा टाकू लागल्या. मंदिराच्या दारात पोहचल्यावर 'जय महादेव" म्हणून त्यांचा सन्मान करण्यात आला.

स्वामीजींनी मंदिरत दर्शन घेतले आणि त्याला प्रदक्षिणा घातली. त्यानंतर थोडा वेळ ते तेथील पुजाऱ्यांशी बोलले. नंतर ते निवासस्थानी परतले. तिथे धर्मशास्त्रातील काही विद्वान त्यांची वाट पाहत होते. रात्री अडीच वाजेपर्यंत स्वामीजींनी त्यांच्याशी धर्माच्या विविध पैलूवर चर्चा केली. सर्व विद्वान स्वामीजींच्या अगाध ज्ञानासमोर नतमसत्क झाले.

१८ जानेवारी १८९७ रोजी सकाळी स्वामीजींनी कोलंबोतील पब्लिक हॉलमध्ये वेदांतावर भाषण दिले. या भाषणाच्या वेळी तिथे असेही काही भारतीय उपस्थित होते, जे रंग रुपाने तर भारतीय होते, पण वागण्यावरून इंग्रजांचे प्रतिनिधी वाटत होते. त्यांच्या वागण्यावरून असे वाटत होते, की जणू आपण भारतीय नसून इंग्रज असल्याचे दाखविण्याचा ते प्रयत्न करीत होते. हे पाहून स्वामीजींना खूप दुःख झाले. त्यांनी आपल्या भाषणातही या गोष्टीचा उल्लेख केला, की मुर्खासारखी दुसऱ्याची नक्कल केल्यामुळे काहीही लाभ होत नाही. माणसाने आपल्या संस्कृतीचा अभिमान बाळगायला हवा.

स्वामीजींना कोलंबोहून जहाजाने भारतात परत जायचे होते, पण लंकेतील अनेक ठिकाणाहून त्यांना पत्र येत होती. त्यामध्ये त्यानी दर्शन द्यावे, अशी विनंती करण्यात आली होती. त्यामुळे १९ जानेवारी रोजी ते एका विशेष रेल्वेने काण्डीकडे निघाले. काण्डीमध्ये हिंदु समाजाने त्यांचे अभिनंदन केले. त्यानंतर ते तिथून जाफनाकडे निघाले. अनुराधापूरमला पोहचल्यावर स्वामीजींचे भव्य स्वागत करण्यात आले. अनुराधापूरम हे श्रीलंकेतील बौद्धांचे सांस्कृतिक केंद्र आहे. बौद्धगयातील बौधी वृक्षाच्या फांदीपासून तयार केलेला बौद्धीवृक्षही इथे आहे. येथील निवासी लोकांनी बोधीवृक्षाच्या खाली एका सभेचे आयोजन केले. स्वामीजींनी इथे 'उपासना' या विषयावर व्याख्यान दिले.

स्वामीजीच्या शिकागो संमेलनातील भाषणाची कीर्ती श्रीलंकेतील गावागावात पोहचली होती. त्यामुळे ते अनुराधापूरमहून जाफनाकडे निघाले असताना वाटेत अनेक हिंदु आणि बौद्ध त्यांच्या स्वागतासाठी तयार होते. विशेष लक्षात घेण्यासारखी बाब म्हणजे अनुराधापूरमहून जाफनापर्यंतचा सुमारे २०० किमीचा प्रवास स्वामीजींनी बैलगाडीतून केला.

जाफनात प्रवेश केल्यावर अमाप जनसागर स्वामीजींच्या दर्शनासाठी लोटला होता. त्यांच्या सन्मानार्थ हा मार्ग नव्या नवरीसारखा सजविला होता. तिथे त्यांना

आधी हिंदु कॉलेजमध्ये नेण्यात आले. तिथे स्वामीजीसाठी एक भव्य मंडप उभारला होता. स्वामीजीसोबत शोभायात्रेमध्ये आधीच सुमारे पंधरा हजार लोक सहभागी झाले होते. हिंदु कॉलेजच्या मैदानावर सर्वजण एकत्रित झाले. तिथेही हजारो लोक त्यांच्या दर्शनाची आणि भाषणाची प्रतिक्षा करीत होते. इथेही स्वामीजींना सन्मनपत्र देण्यात आले. यावेळी स्वामीजींनी एक थोडक्यात भाषण केले. कदाचित ते या प्रवासामुळे थकले असावेत. दुसऱ्या दिवशी याच ठिकाणी वेदांतावर व्याख्यान दिले.

जाफनानंतर स्वामी विवेकानंद एका स्टीमरने भारताकडे निघाले. या प्रवासात त्यांच्यासोबत त्यांचे काही शिष्य आणि गुरूबंधू स्वामी निरंजनानंदही सोबत होते. सुमारे चार वर्षांनंतर मातृभूमीचे दर्शन होणार या कल्पनेनेच स्वामीजींच्या आनंदाला काही सीमा उरली नव्हती. ते वारंवार भारतभूमीविषयी बोलू लागले. यावेळी त्यांचे वागणे अगदी एखाद्या लहान मुलासारखे वाटत होते. जे आपली आवडती वस्तू मिळाल्यामुळे झालेला आनंद कशाही प्रकारे लपवू शकत नाही.

मातृभूमीचे दर्शन

स्वामीजी येणार असल्याच्या बातमीने भारतीय लोक अपूर्व उत्साहाने त्यांच्या येण्याची वाट पाहत होते. त्यांच्या स्वागतासाठी रामनदचे राजे आपल्या सर्व लवा जम्यासह पाम्बन किनाऱ्यावर उपस्थित होते. परदेशात भारताच्या गौरवशाली परंपरेचा प्रचार करणाऱ्या या पहिल्या आणि प्रभावी व्यक्तीने स्टीमरवरून खाली उतरताच भारतातील लोक आनंदाने भावविव्हळ होऊन त्यांचा जयजयकार करून लागले. स्वतः राजे रामनद यांनी तर जमिनीवर लोटांगण घालून स्वामीजींना दडंवत घातला. अशा प्रकारे तिथे उपस्थित असलेल्या लोकांनीही जमिनीला वंदन केले.

त्या वेळी संध्याकाळची लालसर किरणे आपल्या तेजाच सडा शिंपित होती. जणू काही भारत मातेच्या या अद्वितीय पुत्राचे तेज पाहून सूर्य नारायणाचे तेजही फिके पडले होते. स्वामीजींनी रामनद राजाला जमिनीवरून उचलले आणि तिथे उपस्थित असलेल्या लोकांना आशीर्वाद दिले.

स्वामीजींच्या सन्मानासाठी जवळच एक मंडप उभारण्यात आला होताा. स्वामीजींना तिथे नेण्यात आले. तिथे त्याना रामनदच्या जनतेच्या वतीने सन्मानपत्र देण्यात

आले. रामनदचे राजे भास्कर वर्मा आणि एम. के. नायकर यांनी स्वामीजींच्या सन्मानार्थ भाषणे केली. यावेळी स्वामीजींनीही एक लहानसे भाषण केले, ज्याच्या शेवटी ते म्हणाले, ‘रामनद नरेशाने जे प्रेम दाखविले आहे, त्या विषयीची कृतज्ञता मी शब्दात व्यक्त करू शकत नाही. माझ्या हातून जर थोडेसे सत्कार्य घडले असेल, तर त्यासाठी संपूर्ण देश या महान आत्म्याचा ऋणी राहील. कारण सर्वात आधी मला शिकागोला पाठविण्याचा विचार यांच्याच डोक्यात आले. त्यांनीच मला तिथे जाण्यासाठी वारंवार प्रेरित केले. यावेळी माझ्यासोबत उपस्थित राहून माझ्याकडून अधिक चांगले कार्य करण्याची अपेक्षा ते ठेवीत आहेत. यांच्याप्रमाणेच इतरही काही राजे मातृभूमीच्या कल्याणासाठी पुढे आले तर राष्ट्राची नक्कीच प्रगती होईल.”

ही सभा संपल्यानंतर स्वामीजींना इथून त्यांच्या निवासस्थानी नेण्यात आले. वास्तविक पाहता ‘विद्वान सर्वत्र पूज्यते’ या उक्तीचा परिचय करून देत रामनद राजाने त्यांच्याबद्दल ज्या प्रकारे आपल्या भावना व्यक्त केल्या, ती एक अविस्मरणीय घटना आहे. स्वामीजींना इथून घेऊन जाण्यासाठी घोडागाडी आली होती. राजाच्या आदेशावरून या गाडीचे घोडे सोडण्यात आले आणि राजासोबत सामान्य जनता ती गाडी ओढू लागले. अशा प्रकारे स्वामीजींना मुक्कामाच्या ठिकाणी नेण्यात आले.

दुसऱ्या दिवशी स्वामीजी रामेश्वरम मंदिरात दर्शनासाठी गेले. साधारणपणे पाच वर्षांपूर्वी त्यांनी याच मंदिरात आपल्या सन्यांस व्रताचे उद्देपन केले होते. तेव्हा आता एक खूप मोठा फरक पडला होता. त्यावेळी त्यांना त्यांचे वैयक्तिक मित्र आणि शिष्यांशिवाय अन्य कोणी ओळखत नव्हते. आज मात्र ते जगप्रसिद्ध स्वामी विवेकानंद झाले होते. राजाच्या गाडीतून स्वामीजी मंदिराजवळ पोहचले तेव्हा मंदिराच्या वतीने पारंपरिकरित्या त्यांचे भव्य स्वागत करण्यात आले. त्यांच्या सन्मानार्थ मंदिरातील हत्ती, घोडे, ऊंट तसेच संगीत मंडळीसोबत विशाल जनतेने त्यांना अभिवादन केले.

या निमित्ताने संपूर्ण मंदिर विशेष प्रकारे सजविण्यात आले होते. मंदिराचे दर्शन झाल्यानंतर स्वामीजींनी तेथील अमूल्य संपत्तीचेही दर्शनघडविले. मंदिराच्या वतीने स्वामीजींना भाषण देण्याची विनंती करण्यात आली. स्वामीजींना तामीळ येत नव्हती. त्यामुळे त्यांनी आपले भाषण इंग्रजीत केले. श्री नागलिंगम यांनी त्या इंग्रजी भाषणाचा लगेच तामीळ अनुवाद केला. स्वामीजींच्या भाषणाचा थोडक्यात

आशय असा होता, की फक्त स्त्रोताचे विधीपूर्वक पठण करणे म्हणजे पूजा नसते, तर सर्व प्राणीमात्रांना शिव समजून त्यांची सेवा करणे हीच खरी पूजा आहे.

त्या दिवशी स्वामीजींच्या येण्याच्या आनंदात हजारो भिकाऱ्यांना भोजन दान देण्यात आले. त्यांना कपडे आणि वस्तूही दान देण्यात आल्या.

परदेश प्रवासाहून परत आल्यावर भारतभूमीवर स्वामीजींनी सर्वात आधी ज्या ठिकाणी आपले पहिले पाऊल ठेवले होते, त्या ठिकाणी रामनद राजाने एक स्मृती स्तंभ उभारला. आजही तो स्मृतीस्तंभ स्वामीजींची कीर्ती सांगत उभा आहे.

रामेश्वरहून स्वामीजी रामनदला गेले. राजाच्या आदेशावरून तिथे त्यांच्या स्वागताची जय्यत तयारी करण्यात आली होती. नावेवरून ते किनाऱ्यावर उतरताच त्यांच्या सन्मानार्थ तोफेची सलामी देण्यात आली. राजमार्ग विशेष प्रकारे सजविण्यात आला होता. एका शोभा यात्रेसह स्वामीजी राजाच्या गाडीत बसून पुढे पुढे निघाले होते. त्यांच्या मागे मागे पायी रामनद राजाच्या कुटुंबातील इतर व्यक्ती, अधिकारी आणि विशाल जनता चालत होती. त्यांच्या सन्मानार्थ राजकीय बँड वाजवला होता.

इथे स्वामीजींच्या अभिनंदनासाठी एक विशेष मंडप उभारण्यात आला होता. जो स्वामीजी तिथे पोहचण्याआधीच त्यांच्या दर्शनोत्सुकांच्या गर्दीने फुलून गेला होता. स्वामीजी तिथे पोहचल्यावर लोक त्यांचा जयजयकार करू लागले. स्वामीजींनी सर्वांना आशीर्वाद दिले. रामनदच्या राजाच्या वतीने त्यांचे भाऊ दिनकर वर्मा यांच्याकडून स्वामीजींना मानपत्र देण्यात आले. याच्या उत्तरार्थ स्वामीजींनी एक आशयपूर्ण भाषण केले.

मद्रासमध्ये स्वागत

रामनद नंतर स्वामीजी परमकुडी, मदुराई, त्रिचनापल्ली, तंजौर इ. ठिकाणी गेले. या सर्व ठिकाणी त्यांचे जोरदार स्वागत करण्यात आले. तिथे तीन दिवस राहिल्यानंतर ते मद्रासला गेले. ते येणार असल्याचे वृत्त कळताच तिथे त्यांच्या स्वागताची विशाल तयारी करण्यात आली. तिथे न्यायमूर्ती सुब्रमण्यम अय्यर यांच्या अध्यक्षतेखाली एक स्वागत समिती स्थापन करण्यात आली. स्वामीजींच्या अगमनाप्रित्यर्थ तेथील प्रत्येक घर रंगी बेरंगी पताका लावून सजविण्यात आले होते. राजमार्गावर जागोजागी स्वागताच्या कमानी उभारण्यात आल्या होत्या. ६

फेब्रुवारी १८९७ रोजी स्वागत समितीच्या कार्यकर्त्यांसोबत खूप मोठ्या संख्येने लोक स्वामीजींचे स्वागत करण्यासाठी भल्या पाहटेच स्टेशनवर पोहचले होते. गाडी प्लॅटफॉर्मवर येताच स्वामीजींच्या जयघोषाने आकाश दुमदुमले. ते गाडीतून उतरताच त्यांना पुष्पमाला घालण्यात आल्या. तिथून स्वामीजी एका घोडा गाडीत बसून पुढे निघाले. न्यायमूर्ती सुब्रमण्यम अय्यर, स्वामी शिवानंद आणि स्वामी निरंजनानंद त्यांच्यासोबत गाडीत बसले होते. ते थोडे पुढे गेले नाहीत तोच काही तरूणांनी गाडीचे घोडे सोडले आणि ते स्वतः ती गाडी ओढू लागले. वाटेत स्वामीजींवर फुले आणि अक्षतांचा वर्षाव होत होता. अनेक लोक आपल्या श्रद्धेचे प्रतिक म्हणून त्यांना नारळ अर्पण करीत होते. अनेक महिलांनी त्यांची आरती उतरली आणि सुगंधी द्रव्याचे अर्ध्य दिले. एक सभ्य कुटुंबातील एक वृद्ध स्त्री गर्दीला मागे हटवत स्वामीजींच्या दर्शनासाठी पुढे आली. तिला चालताही येत नव्हते. तिच्या डोळयातून आनंदाचे आश्रू वाहू लागले. ती स्वामीजींना भगवान शिवचा अवतार मानत होती. हे दृष्य पाहून सर्वांना खूप आश्चर्य वाटले. इथून ते अटर्नी बिलीग्रामी अयंगर याच्या निवासस्थानी कैसल कर्नान पोहचले.

७ फेब्रुवारी १८९७ रोजी स्वागत समितीच्या वतीने स्वामीजींना मानपत्र देण्यात आले. खेतरी राजानेही स्वामीजींसाठी एक मानपत्र पाठविले होते. त्यानंतर विविध संघटना, समुदाय यांच्या वतीने संस्कृत, तामीळ,तेलगू भाषेत मानपत्र देण्यात आले. स्वामीजींचे हे स्वागत एका विशाल हॉलमध्ये केले जात होते. तिथे सुमारे दहा हजार व्यक्ती उपस्थित होत्या आणि अनेक लोक बाहेरही उभे होते. त्यांच्या विनंतीवरून स्वामीजींनी बाहेर येऊन त्यांना दर्शन दिले. त्यावेळी ते एका गाडीच्या कोचच्या बॉक्सवर उभे होते. स्वामीजींच्या दर्शनामुळे लोक उन्मत झाले होते. त्यांच्यासमोर एक छोटेखानी भाषण देण्याचा स्वामीजींचा विचार होता, पण लोक त्यांचा जयघोष करीत होते. त्यामुळे त्यांचा आवाज ऐकू जात नव्हता, म्हणून ते गप्प राहिले.

८ फेब्रुवारी रोजी स्वामीजी व्हिक्टोरिया हॉलमध्ये ‘माझी समर नीती’ या विषयावर भाषण दिले. त्यानंतर त्यांनी ‘भारतीय जीवनात वेदांताचा वापर’, ‘भारतीय महापुरूष’ तसेच ‘आपले आजचे कर्तव्य’ या विषयावर भाषणे दिली. या वेळी पाच हजार लोक उपस्थित होते.

स्वामीजी नऊ दिवस मद्रासमध्ये राहिले. याच कालावधीत वेदांताचे एक विद्वान त्यांच्याकडे आले. त्यांना स्वामीजींशी वेदांतावर चर्चा करायची होती. वेदांतावर चर्चा सुरू झाल्यावर ते स्वामीजींना म्हणाले, 'स्वामीजी, वेदात अद्वैतवाद, विशिष्टद्वैतवाद, द्वैतवाद हे सर्व सत्य आहे. पण हे सर्व परमसत्यापर्यंत पोहचण्याचे सोपान आहेत. असे कोणीही सांगितले नाही, वेदांताचे इतके आचार्य झाले आहेत तरीही."

हासत स्वामीजी म्हणाले, "हे कार्य माझ्यासाठी ठेवले होते. माझा जन्मही यासाठीच झाला आहे."

आपल्या कार्याच्या प्रचारासाठी स्वामीजींनी एक केंद्र स्थापन करावे, त्यासाठी आणखी काही दिवस मद्रासमध्ये रहावे, असे त्यांच्या शिष्यांना वाटत होते. मद्रासमध्ये केंद्राची स्थापना करायला स्वामीजींनी तयारी दाखविली; पण त्यांचे आणखी तिथ थांबणे शक्य नव्हते. कोलकत्यात श्री रामकृष्णस्वामी यांचा जन्मोत्सव साजरा केला जाणार होता. तिथून त्यांना वारंवार पत्र येत होती. आपण लवकरच आपला एखादा प्रतिनिधी मद्रासला पाठवू, असे त्यांनी आपल्या शिष्यांना अश्वासन दिले. मद्रासहून गेल्यानंतर आपले एक गुरूबंधू रामकृष्णानंद यांना मद्रासला पाठविले.

स्वामीजी जितके दिवस मद्रासमध्ये राहिले तितके दिवस तिथे आनंदाचे वातावरण होते. स्वामाजींच्या आगमनाच्या निमित्ताने मद्रासमधील जनतेने जे प्रेम दाखविले, त्या विषयी 'हिंदु' मध्ये लिहिले होते,

"आज रेल्वे स्टेशनवर स्वामी विवेकानंद यांच्या आगमनासाठी जमलेल्या लोकांचा उत्साह आणि धर्म प्रेम याचे आकलन केले जाऊ शकत नाही. मद्रासमधील सन्माननीय व्यक्तींनी उपस्थित राहून जगप्रसिद्ध सन्यांसाचे ज्या प्रकारे स्वागत केले, त्यावरून या महान देशाच्या धार्मिक शक्तीचा स्पष्ट परिचय होतो. भारतामध्ये धार्मिक संस्कारांना प्राचीन काळापासून याच प्रकारे सन्मान मिळत आला आहे. कट्टरता हेच काही हिंदुच्या चारित्र्याचे वैशिष्ट्ये नाही. त्याचबरोबर सध्याच्या आचार विचारात बदल करण्याची आवश्यकता नाही, असेही नाही. एखादी प्राचीन रुढी दूर करून त्याऐवजी एखाद्या नवीन नियमाची स्थापना करायची असेल, तर स्वामीजे सारखे अधिकारी व्यक्तीच असे करू शकतात. जेव्हा कोणी शांत हृदय, पवित्र आत्मा आणि योग्य संस्कार असलेली व्यक्ती निष्काम होऊन मानवी कल्याणासाठी पुढे येते तेव्हा दीर्घ काळापासून सुरू असलेला विश्वास आणि आदर्शाचा आवश्यकतेनुसार

त्याग केला जातो. त्यावेळी रुढी, राजनीती आणि विविध मते लुप्त होतात. स्वामीजींच्या प्रचार कार्याचे हेच रहस्य आहे. त्यांनी समुद्र पार करून परदेशात वेदांताची पताका फडकविली.. त्यामुळेच आपण आपल्या गौरवास्पद पंरपरेनुसार त्यांचे अभिनंदन करीत आहोत....!"

क्रोलकत्यामध्ये अभिनंदन

स्वामीजी भारतात परत आल्यामुळे देशात एक अपूर्व उत्साह संचारला होता. बंगालमध्ये उत्साहाचा सागर हिंदोळे मारणे तर स्वाभाविकच होते. तिथे त्यांच्या स्वागतासाठी एक स्वागत समिती काम करीत होती. कोलकत्तावाशी आपल्या या जगज्जेत्या सन्यांशाच्या दर्शनासाठी अतूर झाले होते. त्यासाठी त्यानी स्वामीजींनी अनेक विनंतीपत्र लिहिली होती.

१५ फेब्रुवारी १८९७ ला स्वामीजी मद्रासहून कोलकत्याला निघाले. उल्लेखनीय बाब अशी की त्यांना पुण्याहून लोकमान्य बाळ गंगाधर टिळक यांचेही निमंत्रण मिळाले होते. आधी स्वामीजींनी तिथे जायचे होते, पण कोलंबोपासून मद्रासपर्यंत विविध ठिकाणी व्याख्याने दिल्यामुळे ते खूप थकले होते. त्यामुळे ते तिकड जाऊ शकले नाहीत आणि समुद्रमार्गे ते थेट कोलकत्याला गेले.

जहाजाने खिदिरपूरला पोहचल्यावर तिथून त्यांना सियालदेह येथे जाण्यासाठी विशेष रेल्वेगाडीची व्यवस्था करण्यात आल्याचे त्यांना आढळून आले. तिच्यात बसून ते आपल्या शिष्यांसह सकाळी साडे सात वाजता सियालदेहला पोहचले. तिथे त्यांचे स्वागत करण्यासाठी विशाल जनसमुदाय आला होता. रेल्वेगाडी प्लॅटफॉर्मवर आल्याबरोबर 'जय श्रीरामकृष्ण परमहंसकी' , 'जय श्री स्वामी विवेकानंद की' या घोषणांनी सारा परिसर दुमदुमला. गाडीतून उतरल्यावर स्वामीजींनी जमलेल्या लोकांना हात जोडून अभिवादन केले. लोकांनी त्यांना चारी बाजूने घेरून टाकल्यामुळे स्वागत समितीच्या सदस्यांना त्यांच्यापर्यंत पोहचण्यासाठी खूप प्रयत्न करावे लागले. पुष्पहार घातल्यानंतर स्वामीजींनी घोडा गाडीत बसविण्यात आले. विशेष महत्त्वाची गोष्ट अशी की यावेळी सेवियर जोडपेही त्यांच्यासोबत चार चाकी गाडीत बसले होते. तरूणांनी पुढे येऊन गाडीचे घोडे सोडले आणि स्वतः ती ओढू लागले. सर्व रस्ता फुले आणि वेलींनी सजवला होता. तीन ठिकाणी कमानी उभारल्या होत्या.

घोडागाडी स्वतः ओढत तरूणांनी स्वामीजींना रिपन कॉलेजमध्ये नेले. तिथे थोडा वेळ त्यांनी आपल्या शिष्यांशी गप्पा मारल्या. शिष्य विश्रांती घेऊ लागले. त्यानंतर त्या दिवशी पशुपतीनाथ राय यांच्या घरी भोजनासाठी आमंत्रित करण्यात आले होते. स्वामीजी शिष्यांसह दुपारपर्यंत तिथे राहिले. दुपारनंतर काशीपूर येथील गोपाळराव शील यांच्या निमंत्रणावरून त्यांच्या बागेतल्या घरी गेले. शील यांनी तात्पुरत्या स्वरूपात हे घर स्वामीजी आणि त्यांच्या शिष्यांना दिले. त्यामुळे दिवसा ते तिथेच राहू लागले.

सकाळपासून संध्याकाळपर्यंत इथे स्वामीजींच्या दर्शनासाठी लोकांच्या रांगा लागू लागल्या. त्यामुळे त्यांना विश्रांतीसाठीही वेळ मिळेना गेला. तरीही स्वामीजी दुःखी नव्हते. ते सर्वांशी प्रेमाने बोलत असत. रात्रीच्या वेळी ते आलम बाजारातील मठात जात असत. तिथे ते आपले शिष्य आणि गुरूबंधुसोबत भावी कार्यक्रमाविषयी चर्चा करीत असत. त्यांना भारतातील विविध प्रांतातून सातत्याने निमंत्रणे येत होती, पण त्यांना कोलकत्यातच आपले एक प्रचार केंद्र स्थापन करायचे होते.

२८ फेब्रुवारी १८९७ रोजी शोभा बाजारात असलेल्या राजा राधाकांत देव यांच्या घरी कोलकत्ता वासीयांच्या वतीने स्वामीजींचे अभिनंदन करण्यात आले. या प्रसंगी अनेक विद्वान उच्च शिक्षित लोक, कॉलेजमधील विद्यार्थी तसेच भारतीय आणि इंग्रजी अधिकारी उपस्थित होते. एकूण या सभेला पाच हजार लोक होते. स्वामीजी या सभेच्या ठिकाणी पोहचल्यानंतर उपस्थित असलेल्या सर्व लोकांनी उभे राहून स्वामीजींनी अभिवादन केले. 'स्वामी विवेकानंदाचा विजय असो' अशा घोषणा दिल्या. या सभेचे अध्यक्ष विनायक देव बहाद्दूर यांनी उभे राहून मानपत्राचे वाचन केले. त्यानंतर मानपत्र चांदीच्या तबकात ठेवून भेट देण्यात आले. त्यानंतर स्वामीजींनी राष्ट्रीय भावनेवर भाषण केले. या प्रभावी भाषणातील काही महत्त्वाचा भाग असा होता,

"आपल्या मुक्तीच्या प्रयत्नासाठी माणूस नेहमीच या जगाशी आपले संबंध तोडीत आला आहे. तो आपल्या प्रियजनाचे, पत्नी, मुलगा, कुटुंबीय, मित्र, नातेवाईक याचे बंधन तोडून त्यांच्यापासून दूर दूर जाण्याचा प्रयत्न करतो. माणसाने सर्व प्रकारचे संबंध तोडून टाकले तरीही शेवटी साडे तीन हाताचा माणूसच मागे उरतो, याचा त्याला विसर पडतो. पण त्याच्या कानात नेहमीच एक स्वर गुंजत असतो, की

, 'जननी जन्मभूमिश्च स्वर्गादपि गरीयसी" ... माते मला मुक्ती नको आहे. तुझी सेवा करणे हेच माझ्या जीवनातील एकमेव कार्य आहे. मी तुला या निर्धन, अज्ञानी, गुलामी करणाऱ्या, अत्याचार सहन करणाऱ्या सर्वांविषयी सहानुभूती. .. हे प्राणार्पण प्रयत्न माझा वारसा म्हणून देत आहे. याच क्षणी त्या अर्जुनाच्या मंदिरात जा, जे गोकुळातील दीन, दुखी गवळयांचे सोबती होते. ज्यांनी बुद्धाचा अवतार घेऊन राजांचे निमंत्रण टाळून एका वेश्यने दिलेले निमंत्रण स्वीकारून तिचा उद्धार केला. त्याच्याकडे जाऊन त्याला साष्टांग नमस्कार करा. त्याच्या समोर एक महान त्याग करा, जीवनाचा त्याग. तोही त्यांच्यासाठी, ज्यांच्यासाठी ते प्रत्येक युगात अवतार घेतात. ज्याच्यावर ते सर्वाधिक प्रेम करतात. त्या दीन, दुःखी, पतितांचा उद्धार करा. या तीस कोटी भारतीयांच्या उद्धाराचे व्रत घ्या, जे पूर्ण दिवसभर दुःखातच मग्न असतात.

"वीर व्हा, श्रद्धाळू व्हा, चारित्र्याचे तेज आणि वीर्य जागृत करून गाढ उत्साहाने कार्य करायला लागा. या कोलकत्ता शहरातील रस्त्यावरून मीही एखाद्या लहान मुलासारखा खेळत फिरलो आहे. आज त्याच धुळीवर बसून तुमच्याशी मनातली गोष्ट बोलण्याची इच्छा आहे. "हे बंगाली युवकांनो, माझा हा कार्यभार तुमच्या शिरावर घ्या. या कार्याचा माझ्या कल्पनेपेक्षा किती तरी अधिक विस्तार आणि प्रगती करा. मी सूचना देऊन फक्त मार्गदर्शन केले आहे. तुम्ही त्याची पूर्तता करा. आजचे कर्तव्य आणि जबाबदारी ओळखा. इतर देशातील तरूणांच्या खांद्यावर कधीही इतका मोठा भार पडला नाही. गेली दहा वर्षे मी सर्व भारत फिरलो आहे. भारताला अध्यात्मिक अधिकार पदावर प्रतिष्ठित करण्याची शक्ती आणि क्षमता बंगाली तरूणांत आहे, असा माझा ठाम समज आहे.

"कोणत्यातरी आदर्श पुरूषावर श्रद्धा ठेवून त्याच्या झेंड्याखाली एकत्र आल्याशिवाय कोणतेही राष्ट्र प्रगती करू शकत नाही.

"श्रीरामकृष्ण यांच्या रूपाने आपल्याला असाच एक धर्मवीर, एक आदर्श मिळाला आहे. या देशाला जर आपली उन्नती हवी असेल, तर मी असे जाहीर करतो, की सर्वांनी या नावाचे वेड लावून घ्यायला हवे...."

काही दिवसांनंतर श्रीरामकृष्ण परमहंस यांच्या जयंतीच्या निमित्ताने एका भव्य समारंभाचे आयोजन करण्यात आले होते. या निमित्ताने दक्षिणेश्वरात दरवर्षी

उत्सव साजरा केला जात असे. या वर्षी उत्सवात सहभागी होण्यासाठी स्वामीजी दक्षिणेश्वराला गेले. त्यांच्यासोबत अनेक भारतीय आणि युरोपीय शिष्य होते. त्यांच्या दर्शनासाठी लोक उतावीळ झाले होते. या निमित्ताने तिथे अपार जनसागर लोटला होता. स्वामीजींना तिथे व्याख्यान द्यायचे होते, पण लोकांच्या आवाजामुळे तिथे काहीही ऐकू जात नव्हते. वारंवार प्रयत्न करूनही त्यांचा आवाज ऐकला जात नव्हता. त्यामुळे मग स्वामीजींनी आपल्या जवळ जो येईल त्याच्याशीच बोलायला सुरूवात केली. उत्सव संपल्यावर ते आलम बाजारातील मठात गेले.

प़ाखंड खंडण

मूळ स्वरूपात हिंदु धर्म कर्मावर आधारित वर्णव्यवस्थेचे समर्थन करीत आला आहे. वैदिक साहित्यातही तशा प्रकारचे दृष्टांत आढळून येतात,की एकाच कुटुंबात वडील वैश्य, मुलगा ब्राह्मण आणि आई शुद्र वर्णाची असू शकते. ही गौरवास्पद पंरपरा स्थायी राहू शकली नाही. कालांतराने हिंदु धर्मात जन्मावर आधारित वर्णव्यवस्था सुरू झाली. महामुर्ख आणि निंदनीय कर्म करणारा ब्राह्मण पुत्र हा ब्राह्मणच होऊ लागला तर भित्रा असलेला क्षत्रीय होऊ लागला. नीच समजल्या जाणाऱ्या जातीत एखादा थोर विद्वान किंवा विदुषी जन्माला आली तरीही फक्त जातीमुळे ती नीच समजली जाऊ लागली. इतिहास पुरूष छत्रपती शिवाजी महाराज यांनाही अशा प्रकारच्या रुढीचा विरोध सहन करावा लागला होता. त्यांचा जन्म क्षत्रिय कुळात झालेला नव्हता. आपल्या कर्माने ते क्षत्रिय कूळ शिरोमणी झाले होते, तरीही. याच विरोधाभासामुळे स्वामी विवेकानंद यांच्यावरही टीका करण्यात आली.

त्यांच्यावर अशा प्रकारची टीका करणारे फक्त ख्रिश्चन पादरीच होते, असे नाही तर बंगालमधील ब्राह्मणही होते. भारतीय इतिहासात बंगालने अनेक बाबतीत आघाडी घेतलेली असली तरीही तेथील संकुचित जातियवादही अनेक वेळा उफाळून आला आहे. या काळात तर तिथे समाजातील फक्त ब्राह्मण वगळता बाकी सर्वांनाच शुद्र समजले जाू लागले होते. जातीचा अंहकार असलेले बंगाली ब्राह्मण स्वामीजींची वाढती लोकप्रियता सहन करू शकले नाहीत आणि एक शुद्र (कायस्थ) धर्म प्रचार करू लागला आहे, असे म्हणू लागले. त्याचबरोबर 'वंगवासी' या वृत्तपत्रातून तर बंगाली ब्राह्मण स्वामीजींच्या वैयक्तिक चारित्र्यावरही चिखलफेक करू लागले. त्यांनी

असा प्रचार करायला सुरूवात केली, “जी व्यक्ती परदेशात शून्य ते वीस अंश अशा कमी तापमानात खुल्या आकाशाखाली रात्र घालविण्यास घाबरला नाही, त्याला आपल्या देशात घाबरविणे खूप अवघड आहे.”

या अपप्रचारामुळे स्वामीजींचे प्रशांसक क्षुब्ध होणे सहाजिक होते. पण ‘अयोग्य का होईना, माझ्याबद्दल ते काही तरी बोलत तर आहेत’ , असे सांगून त्यांना गप्प बसविले. श्रीरामकृष्ण परमहंस यांच्या जयंती उत्सवानिमित्त अशा प्रकारच्या वितर्काचे खंडण करणारे त्यांनी एक व्याख्यान दिले. ‘सर्वावयव वेदांत’ नावाच्या या आपल्या व्याख्यानात ते म्हणाले की वेदांताची वेळोवेळी अनेक विद्वानांनी व्याख्या केल्यामुळे अनेक मते निर्माण झाली आहेत. याचा परिणाम म्हणून हा विषय तर्क वितर्काचा मुख्य विषय झाला आहे. आपल्या व्याख्यानात स्वामीजी म्हणाले की वास्तविक पाहता वेदांत हा काही खूप अवघड विषय नाही. तोच सनातन धर्माचा पाया आहे. समाजात पसरलेल्या स्पृश्य-अस्पृश्यतेच्या भावनेकडे इशारा करीत ते म्हणाले, की धर्म फक्त स्वंयपाकघरापर्यंतच मर्यादित ठेवला तरच वर्णाश्रमाचे रक्षण होईल, असे समजणे वेडेपणा आहे. ते म्हणाले की वर्णाश्रम धर्म लुप्त झाल्यामुळे विचित्र प्रकारची जातिव्यवस्था निर्माण झाली आहे. बंगालमध्ये तर बंगाली ब्राह्मण यांच्याशिवाय इतर दोन वर्णांचे अस्तित्त्वच मानले जात नाही. इथे जर कोणाला वर्णाश्रम धर्म पुन्हा प्रस्थापित करायचा असेल, तर त्यातील अनावश्यक रुढी संपवाव्या लागतील. स्वामीजींनी मूर्ख पाखंडी ब्राह्मण आणि वैष्णवांच्या धार्मिक व्यवसांयावर टीका केली आणि स्पष्य शब्दात असे सांगितले, की कुसंस्कार आणि संकुचितपणा याच्याशी आपण कधीही जुळवून घेणार नाही.

भाषणांचा प्रभाव स्थायी स्वरूपाचा असत नाही, हे वास्तव स्वामीजी चंगल्या प्रकारे ओळखून होते. त्यामुळे त्यानंतर त्यांनी या विषयावर कधीही भाषण दिले नाही. तरीही अनेक लोक आपली जिज्ञासा शांत करण्यासाठी किवां त्यांची परीक्षा घेण्यासाठी त्यांच्याकडे येत असत. याच दरम्यान काही गुजराती विद्वान त्यांच्याशी शास्त्रार्थ चर्चा करण्यासाठी आले. ते सर्व संस्कृत भाषेतील तज्ज्ञ होते. त्यामुळे ते सर्वजण स्वामीजींशी संस्कृतमध्येच वाद विवाद करू लागले. स्वामीजींना निरूत्तर करायचेच असे ते ठरवून आले होते. ते जोरजोराने ओरडत एकाच वेळी प्रश्न करीत असत. स्वामीजी शांतपणे त्यांच्या प्रश्नाचे उत्तर देत असत. एका वेळी ते ‘स्वस्ती’

च्या ठिकाणी 'अस्ती' म्हणाले तेव्हा सर्व पंडित त्यांची खिल्ली उडविण्यासाठी हासू लागले. त्यावर त्या पंडितांना संस्कृतमध्येच ते अतिशय विनम्रपणे म्हणाले, 'मी पंडितांचा सेवक आहे. या चुकीबद्दल मला क्षमा करा.'

स्वामीजींच्या अशा वागण्यामुळे पंडीत खूप आनंदित झाले. त्यामुळे त्यांनी स्वमीजींचे तर्कही स्वीकारले. सामान्य लोकांना संस्कृतमध्ये झालेला हा शस्त्रार्थ समजू शकले नाहीत. तरीही तिथे उपस्थित असलेल्या एका व्यक्तीने त्यानंतर पंडिताला विचारले, "स्वामीजीबद्दल तुमचे काय म्हणणे आहे." तेव्हा एक पंडित म्हणाला, "व्याकरणाचे गंभीर ज्ञान नाही, तरीही ते वेदांतातील गुढ रहस्याचे ज्ञाते आहेत. त्यांची मिमांसा अद्वितीय आहे. त्यांचा तर्क अदभूत आहे.'

मानवमात्राची सेवा हाच सन्यांशाचा परम धर्म आहे, असे स्वामीजी समजत असत.आपल्या गुरूबंधुनाही या तत्त्वाचा स्वीकार करायला सांगत असत. सुरूवातीला मात्र अनेक गुरूबंधुंनी हे त्तत्व स्वीकारले नाही. ते स्वामीजींनाही हा सिद्धांत सोडायला सांगत असत. स्वामीजींचे म्हणणे असे होते, की श्रीरामकृष्ण यांनी 'बहुजन हिताय, बुहजन सुखाय' यासाठी जन्म घेतला होता. त्यांच्या शिष्यांनीच हे सत्य स्वीकारले नाही, तर त्यांच्यात आणि सामान्य माणसात काय फरक राहील? नंतर मुर्शिदाबाद येथील भयंकर दुष्काळाच्या वेळी अनेक सन्यांशांनी मानवी सेवेचे उदाहरण घालून दिले.

दीर्घ काळ कठोर परिश्रम केल्यामुळे स्वामीजींचे निरोगी शरीर हळूहळू अशक्त होऊ लागले होते. याची अजिबात काळजी न करता ते नवीन सन्यांशांना वेदांत विषय ग्रंथ स्वतः शिकवित असत. वैद्यांनी त्यांना पूर्ण विश्रांती घेण्याचा सल्ला दिला. त्यामुळे सेविअर जोडपे आणि इतर काही पाश्चात्य आणि भारतीय शिष्यांना सोबत घेऊन ते दार्जिलिंगला गेले. तिथे ते श्री एम. एम. बॅनर्जी यांच्या घरी राहिले. दोन महिने दार्जिलिंगला राहिल्यावरही प्रकृतीती फारशी सुधारणा झाली नाही. त्यामुळे ते कोलकत्याला पुन्हा परत आले.

अनेक नवयुवक तीन चार वर्षांपासून आलम बाजार मठात राहून ब्रह्मचर्याचे पालन करीत होते. त्या सर्वांना स्वामीजीकडून सन्यांस दीक्षा घ्यायची होती. एका युवकांच्या बाबतीत त्यांच्या गुरूबंधूचे असे म्हणणे होते, की त्याचे पूर्व जीवन विवादास्पद स्वरूपाचे होते. त्यामुळे त्याला सन्यांशाची दीक्षा देऊ नये. या तर्काशी

स्वामीजी सहमत नव्हते. त्यांचे असे म्हणणे होते, "पाप्यांना आश्रय देण्यासाठी आपण संकोच दाखविला तर ते कुठे जातील. तुम्ही जर पतितांचे चारित्र्य सुधारण्यासाठी प्रयत्न केले नाहीत, तर तुमचे हे भगवे वस्त्र काय कामाचे?"

वैदिक कर्मकांडावर स्वामीजींची अपार श्रद्धा होती. ते वैदिक संस्काराचे चांगल्या प्रकारे पालन केल्यानंतरच ते ब्रह्मचर्यांना सन्यांश दीक्षा देत असत. ते नव्याने दीक्षा घेतलेले सन्यांशी म्हणत, 'बुहजन हिताय, बुहजन सुखाय' हा सन्यांशाच्या जीवनाचा आदर्श आहे. सन्यांशाची दीक्षा घेतल्यावर ज्याला या सिद्धांताचा विसर पडतो, त्याचे जीवन व्यर्थ आहे. परहितासाठी आत्मबलिदान, दुसऱ्याचे करूण आक्रंदन दूर करण्यासाठी, विधवांचे आश्रू पुसण्यासाठी, पुत्र वियोगाने तळमळणाऱ्या मातेला शांतता देण्यासाठी, अज्ञानी लोकांना जीवन जगण्यास लायक बनविणारे शस्त्रार्थ देणे तसेच शास्त्रांच्या प्रचार प्रसारामुळे ज्ञानाचा प्रकाश पसरवून सर्वांमध्ये झोपलेला ब्रह्मरूपी सिंहाला जागृत करण्यासाठी सन्यांशी जीवन धारण करीत असतो. उठा, स्वतः उठा. स्वतः जागे होऊन इतरांना जागे करा. मानवी जीवनाला सार्थकता प्रदान करून निघून जा."

रामकृष्ण मिशन

कोलकत्त्यात स्वामीजींचे राहण्याचे दोन ठिकाण होते. आलम बाजार मठ किंवा बलराम बसूचे घर. इथेच राहून ते श्रीरामकृष्ण यांच्या आदर्शाचा प्रचार प्रसार करीत असत. हे कार्य स्थायी स्वरूपात पुढे चालविण्यासाठी त्यांना एक संस्थेची स्थापना करायची होती. त्यांनी आपला हा विचार आपल्या सन्यांशी मित्रांसमोर मांडला. त्यांच्या या विचारांशी सर्वजण सहमत झाले, म्हणून मग यावर विचार करण्यासाठी १ मे १८९७ रोजी दुपारनंतर बलराम बसू यांच्या घरी श्रीरामकृष्ण यांचे सन्यांशी आणि गृहस्थ शिष्यांची एक बैठक बोलावण्यात आली. या सभेला संबोधित करताना स्वामीजी म्हणाले, "अनेक देशात प्रवास केल्यानंतर मी या निष्कर्षाला येऊन पोहचलो आहे, की संघाशिवाय कोणतेही महान कार्य यशस्वी होत नाही. पण आपल्यासारख्या देशात आधीच सामान्य स्वरूपात संघ स्थापन करणे आणि किवा सामान्य लोकांचे मत घेऊन काम करणे सोपे नाही. या देशात शिक्षणाचा प्रसार करूनच जनतेला जागृत केले जाऊ शकते. तेव्हाच लोक मतभेदांच्या संकुचित सीमा

ओलांडून विचारांचा प्रचार करायला शिकतील आणि तेव्हाच सामान्य स्वरूपाच संघाचे कार्य चालू शकेल. या संघाचा एक मुख्य संचालक असणे आवश्यक असते. सर्वांनी त्याच्या आज्ञेचे पालन करायला हवे. त्यानंतरच मग सर्वांच्या सल्ल्याने काम करता येईल"

स्वामीजींचा हा प्रस्ताव सर्वसंमतीने मंजूर करण्यात आला. त्यानंतर संघाच्या भावी कार्यपद्धतीवर विस्ताराने चर्चा करण्यात आली आणि 'श्रीरामकृष्ण मिशन' नावाची संस्था स्थापन करण्याचा निर्णय घेण्यात आला. या मिशनचे खालील उद्देश स्वीकृत करण्यात आले,

१. मानवी समाजाच्या कल्याणासाठी श्रीरामकृष्ण यांनी जे काही केले किंवा सांगितले त्याचा प्रचार- प्रसार आणि माणसाच्या शारीरिक, मानसिक आणि आध्यात्मिक प्रगतीसाठी याचा होईल तितका वापर करावा. यासाठी मदत करणे हे मिशनचा उद्देश आहे.

२. जगातील सर्व मते ही सनातन धर्माचा भाग आहेत, असे समजून सर्व मतांमध्ये सहकार्य स्थापन करण्यासाठी श्रीरामकृष्ण यांनी जे काम सुरू केले, त्याचे संचालन करणे हे मिशनचे व्रत आहे.

३. माणसाच्या भौतिक आणि आध्यात्मिक प्रगतीसाठी योग्य व्यक्तींना शिक्षित करणे, श्रम आणि उद्योगाला प्रोत्साहन देणे तसेच श्रीरामकृष्ण यांनी इतर धर्मांविषयी जे काही म्हटले आहे, त्याचा समाजात प्रसार करणे.

४. भारतात इच्छुक गृहस्थ आणि सन्यांशांच्या शिक्षणासाठी आश्रमाची स्थापना करणे तसेच देश विदेशातील लोकांना शिक्षित करण्यासाठी उपाय करणे.

५. व्रत धारण करणाऱ्यांना परदेशात पाठवून तिथे स्थापन करण्यात आलेले आश्रम तसेच भारतीय आश्रमाशी सामंजस्याने इतर आश्रमांची स्थापना करणे.

मिशनचे संचालन करण्यासाठी एक समिती स्थापन करण्यात आली. स्वामीजी याचे अध्यक्ष, स्वामी ब्रह्मानंद कोलकत्ता केंद्राचे अध्यक्ष, तर योगानंद उपाध्यक्ष करण्यात आले. नरेंद्रनाथ मित्र यांना समितीचा सचीव, डॉ. शशिभूषण घोष आणि सरच्चंद्र सरकार यांना उपसचीव,शरचंद्र चक्रवर्ती यांना शास्त्रपाठक करण्यात आले.

या समितीची एक बैठक दर रविवारी दुपारी ४ वाजता बलराम बसू यांचया घरी होत असे. तीन वर्षे या एकाच ठिकाणी बैठका झाल्या.

'रामकृष्ण मिशन' ची स्थापना केल्याचे काही लोक टीकाही करू लागले. स्वामीजी परदेशी पद्धतीने काम करीत आहेत, असे त्यांचे म्हणणे होते. एका रविवारच्या बैठकीत एका सन्यांशाने प्रश्न विचारला, "श्रीरामकृष्ण यांच्या शिकवणुकीचा प्रसार का केला जात नाही? त्यांची शिकवण आणि त्यांचे आदर्श यात योग्य ताळमेळ नाही. एकांत भक्तीसोबत परमेश्वर प्राप्तीसाठी प्रयत्न करणे हाच श्रीरामकृष्ण यांचा आदर्श होता. स्वामीजी कर्म आणि दीन-दुबळयांची सेवा करणे, शिक्षणाचा प्रसार करणे तसेच धर्माचा प्रसार करण्याचा उपदेश देत आहात..."

यावर स्वामीजी हासले आणि म्हणाले, "तुमच्या म्हणण्याचा अर्थ असा आहे का, की लिहिणे, वाचणे, सामान्य लोकांत धर्माचा प्रसार, दुःखी, रोगी, अनाथ यांची सेवा किंवा जनतेचे दुःख दूर करण्याचा प्रयत्न म्हणजे मायेचे बंधन आहे? एकदा स्वामी रामकृष्ण देव कोण्या तरी व्यक्तीला म्हणाले होते, 'परमेश्वराचा शोध घ्या. जगावर उपकार करणे म्हणजे अनाधिकार प्रयत्न होत.' आता फक्त यामुळेच सर्व कार्ये अयोग्य आहेत, असे समजले तर तुम्ही श्रीरामकृष्ण यांचा उद्देशच समजू शकले नाहीत. " बोलता बोलता स्वामीजींचा स्वर कठोर झाला. मग ते म्हणाले, "श्रीरामकृष्ण यांना माझ्यापेक्षा अधिक तू समजून घेतले आहेस, असे तुला वाटते? शुष्क पांडित्य हेच ज्ञान आहे, असे तुला वाटते का? जे हृदयातील कोमल भावनांचा विनाश करून फक्त कोरड्या उपायाने मिळविले जाते? तू ज्या भक्तीचा उल्लेख करीत आहेस, तो फक्त मूर्खांचा भावूकपणा आहे. जे माणसाला आपल्या कर्तव्यापासनू उन्मुख करून का पुरूष बनविते. तू श्रीरामकृष्ण यांच्या प्रचाराविषयी बोलत आहेस? तू आणि मी त्यांच्या उदात्त भावनाची किती कल्पना करू शकतो, की ते आपण इतरांना शिकवावे? या गोष्टी सोडून द्या. तुमच्या श्रीरामकृष्णावर कोण प्रेम करते? आणि कोण तुमची भक्ती मुक्ती घेऊन डोकेफोड करते? शास्त्र काय म्हणतात किंवा काय म्हणत नाहीत, हे कोण ऐकतंय? घोर तमोगुणात बुडालेल्या आपल्या देशवासीयांना कर्मयोगाने प्रेरीत करून त्यांना स्वावलंबी बनविण्यासाठी समर्थ असेल, तर मी आनंदाने लाख वेळा नरकात जायला तयार आहे. मी तुमचे रामकृष्ण किंवा इतरांचा शिष्य नाही. जो भक्ती मुक्तीची आशा सोडून दरिद्रीनारायणाची सेवा करण्यात आपले जीवन घालविण्यासाठी सज्ज आहे. मी त्यांचा सेवक आणि दास आहे."

त्या बरोबरच स्वामीजींचा चेहरा आवेशाने आरक्त झाला. ते दोन्ही हातांनी आपली छाती धरून विश्रांतीसाठी असलेल्या कक्षात गेले. त्यांनी आतून दरवाजा

बंद केला. उपस्थित लोकांना खूप काळजी वाटू लागली. त्यापैकी काहींनी खिडकीतून वाकून पाहिले, तेव्हा स्वामीजी ध्यानमग्न होऊन बसले होते. साधारणपणे एका तासाने ते बाहेर आले. त्यांच्या चेहऱ्यावरील गंभीरपणा पाहून कोणालाही काही बोलण्याची हिमंत झाली नाही. थोड्या वेळानंतर ते स्वतःच म्हणाले, "ज्याचे हृदय भक्तीने परिपूर्ण होते, त्याचे स्नायु इतके नाजूक होतात, की ते कोमल फुलांचा घावही सहन करू शकत नाहीत. आज काल मी भक्तिविषयी कोणतेही पुस्तक वाचू शकत नाही, हे तुम्हाला सर्वांना माहीत आहे. श्रीरामकृष्ण यांच्याविषयी जास्त वेळ बोलल्यामुळेही मी भाऊक होतो. कर्माच्या कठोर साखळीने मी मला बांधून ठेवले आहे. त्यामुळे भक्तीचा प्रबळ प्रवाह मला वाहून नेत आहे, असे मला वाटते, त्याच वेळी मी ज्ञानाने त्यावर कठोर वार करतो आणि भावनांवर नियंत्रण ठेवतो. अजून मला खूप कार्ये करायची आहेत. मी श्रीरामकृष्ण यांचा गुलाम आहे. त्यांनी आपल्या ज्या कामाचा भार माझ्या खांद्यावर टाकला आहे, ते पूर्ण केल्याशिवाय मला विश्रांती मिळणार नाही."

या दिवसात श्री शरच्चंद्र चंक्रवर्ती यांना स्वामीजी ऋग्वेद शिकवित होते. एके दिवशी ते त्यांना सायणाभाष्य शिकवित होते. त्याच वेळी नाट्यसम्राट गिरीशचंद्र तिथे आले. स्वामीजींनी त्यांना विचारले, "जी.सी. या सर्व गोष्टी शिकण्याची तुम्हाला काही आवश्यकताच पडत नसेल. कृष्ण विष्णुशिवाय जीवन घालविले."

"वेदांचा अभ्यास करून माझे काय होणार आहे. हे समजून घेण्यासारखी बुद्धीही माझ्याकडे नाही. या सर्वांना दुरूनच प्रणाम करून श्रीरामकृष्ण यांच्या आशीर्वादाने मी हा भवसागर तरून जाईन. ते तुमच्या माध्यामातून या जगाला शिक्षीत करतील आणि धर्माचा प्रसार करतील. त्यामुळे त्यांनी या सर्व गोष्टी तुम्हाला शिकविल्या आहेत." नम्रपणे गिरीशचंद्र यांनी उत्तर दिले.

जगप्रसिद्ध विवेकानंद झाल्यावरही स्वामीजी अशा प्रकारे आपल्या ओळखींच्या लोकांशी हास्य विनोद करीत असत. अर्थात एखादे कोणी त्यांच्यावर संशय व्यक्त करीत असे तेव्हा त्यांना त्यामुळे खूप मानसिक त्रास होत असे. त्यांचे हृदय फुलाहूनही कोमल होते. महिलांवरील अत्याचार, बालविधवांची दुर्दशा, भृणहत्या या विषयावर चर्चा करताना ते रडत असत. महिलांमध्ये शिक्षणाचा प्रसार करण्यासाठी त्यांना महिला मठाची स्थापना करायची होती. त्यांनी महाकाली मठ प्रशालेचे निरीक्षण

करताना आपला हा विचार शरचंचद्र चक्रवर्ती यांना बोलून दाखविला होता. पण अस्वस्थतेमुळे हा विचार प्रत्यक्षात येऊ शकला नाही.

अल्मोडा प्रवास

स्वामीजींची प्रकृती सातत्याने ढासळत होती. त्यामुळे त्यांचे शिष्य आणि गुरूबंधू घाबरून गेले होते. इंग्लंडहून कुमारी मूलरही कोलकत्त्याला आल्या होत्या. वैद्यांनी त्यांना वातावरणात बदल करून काही दिवसासाठी एखाद्या पहाडी प्रदेशात घालवावेत असा वैद्यांनी सल्ला दिला. त्यामुळे ६ मे १८९७ रोजी स्वामीजी कोलकत्याहून अल्मोडा (उ. प्र.) ला निघाले.

स्वामीजी येणार असल्याच्या बातमीने अल्मोडामधील नागरिकांच्या आनंदाला सीमा उरली नाही. त्यांचे स्वागत करण्यासाठी अनेक सभ्य लोक विशाल जनसमुदायासोबत अल्मोडापासून सात किमी दूर असलेल्या लोधियाला पोहचले होते. तिथून त्यांना घोड्यावर बसवून विशाल शोभायात्रा काढून अल्मोड्याला आणण्यात आले. शहरातील महिलांनी स्वामीजीवर फुले आणि अक्षतांचा वर्षाव केला. त्यांच्या सन्मानासाठी एक मोठा मंडप उभारण्यात आला होता. पाच हजार लोकांच्या उपस्थितीत अल्मोडामधील नागरिकांच्या वतीने पं. ज्वालादत्त जोशी यांनी स्वामीजींच्या सन्मानार्थ मानपत्राचे वाचन केले. त्यानंतर लाला बदरीप्रसाद यांच्या वतीने त्यांना हे मानपत्र भेट देण्यात आले. ते हरिराम पांडे यांनी वाचले. त्यानंतर स्वामीजींनी थोडक्यात भाषण केले.ज्यामध्ये त्यांनी डोंगरी भागात मठ स्थापन करण्याची आपली इच्छा व्यक्त केली.

अल्मोडामध्ये स्वामीजी लाला बदरीप्रसाद यांचे पाहुणे म्हणून राहिले. नंतर येथून ३० किमी दूर असलेल्या लालाजी यांच्या एका बागेत राहू लागले. स्वामीजींना एकांतवास हवा होता, पण असे होऊ शकले नाही कारण अनेक लोक त्यांच्या दर्शनासाठी सातत्याने येत असत. तरीही ते रात्री आणि रोज सकाळीच एकांतवास करीत असत. त्यामुळे साधारणपणे पंधरा दिवसांतच त्यांच्या प्रकृतीत फरक पडला.

तिकडे अमेरिकेतील ख्रिश्नच मशिनऱ्याकडून स्वामीजीविरूद्ध वेगाने प्रचार सुरू करण्यात आला होता. स्वामीजी भारतात परत आल्यावर काही काळाने शिकागो धर्मसंमेलनाचे अध्यक्ष डॉ. बॅरोजही भारतात आले होते. अमेरिकेत परत गेल्यावर त्यांनी स्वामीजीविरूद्ध प्रचार सुरू केला. अनेक वर्तमानपत्रेही असा प्रचार करू

लागले, की भारतात गेल्यावर स्वामीजींनी अमेरिकन महिलांविरूद्ध अपप्रचार करायला सुरूवात केली आहे. तसेच त्यांच्या कार्यामुळे भारतातील लोक समाधानी नाहीत. भारतातील त्यांच्या स्वागत सन्मानाच्या गोष्टी खऱ्या नाहीत. ते एक नीच जातीचे हिंदु असून भारतीय समाजात त्यांना काहीही सन्मान नाही.

या अपप्रचारामुळे स्वामीजींच्या परदेशातील शिष्यांना अतिशय दुःख झाले ते स्वामीजींना पत्र लिहू लागले,पण अशा प्रकारच्या अपप्रचारामुळे स्वामीजी अजिबात विचलित झाले नाहीत. स्वामी अखंडानंद या काळात मुर्शिदाबादमध्ये दुष्काळग्रस्तांची सेवा करीत होते. स्वामीजींनी स्वामी नित्यांनंद आणि सुरेश्वरानंद यांनाही या कामात मदत करण्यासाठी पाठविले. ते स्वतःही जाऊ इच्छित होते, पण वैद्यांनी त्यांना असे करायला मनाई केली. त्यामुळे स्वामीजी आपल्या सहकाऱ्यांना उत्साहित करण्यासाठी सतत पत्र लिहित असत.

मिशनच्या कोलकत्ता शाखेचे कार्य समाधानकारकरित्या सुरू होते. मद्रासमध्ये स्वामी रामकृष्णानंद आणि अभेदानंद तसेच शारदानंद इंग्लड आणि अमेरिकेतील प्रचार कार्य करीत होते. प्रचार कार्य करण्यासाठी स्वामीजींनी स्वतः अल्मोडाहून प्रस्थान करण्याचा निर्णय घेतला. इथून जाण्यापूर्वी स्वामीजींनी एक व्याख्यान द्यावे, अशी अल्मोडामधील नागरिकांनी विनंती केली. त्यामुळे स्वामीजींनी जिल्हा प्रशालेत वेदांतावर हिंदीत एक प्रभावी भाषण दिले. अल्मोडामधील इंग्रजानीही स्वामीजींना भाषण देण्यासाठी आमंत्रित केले. गोरखा रेजिमेंटचे कर्नल पुली यांच्या अध्यक्षतेखाली 'इंग्लिश क्लब' मध्ये आयोजित सभेत त्यांनी इंग्रजांसमोर भाषण दिले. या प्रसंगी अनेक इंग्रज उच्चाधिकारी आणि महिलाही उपस्थित होत्या. 'आत्मा-परमात्मा संबंध' विषयावरील स्वामीजींच्या भाषणाने इंग्रज प्रभावित झाले.

प़ंजाब-काश्मिरमधील प्रवास

प़ंजाब आणि काश्मिरमधून स्वामीजींना अनेक निमंत्रणे मिळाली होती. त्यामुळे सुमारे अडीच महिने अल्मोडात राहिल्यानंतर ते ९ ऑगस्ट १८९७ ला बरेलीला पोहचले. तिथे गेल्यावर लगेच त्यांना तापाने घेरले. तरीही १० ऑगस्ट रोजी सकाळीच आर्य समाजाचे अनाथालय पहायला गेले.

बरेलीमधील विद्यार्थ्यांचे वेदांतावरील प्रेम पाहून स्वामीजींनी एक विद्यार्थी समिती स्थापन केली. १२ ऑगस्ट रोजी स्वामीजींना पुन्हा ताप आला. तरीही त्यांनी आपल्याला भेटायला आलेल्या लोकांसमोर व्याख्यान दिले. रात्री ते अंबालासाठी निघाले. तिथे ते एक आठवडा राहिले. तिथे त्यांचे आरोग्य सुधारू लागले. इथे ते विविध मतांच्या लोकांच्या संपर्कात आले. क़ाही दिवसानंतर सेविअर जोडपेही स्वामीजीजवळ आले.

अंबाळाहून स्वामीजी रावळपिंडी, मरी मार्गे श्रीनगरला पोहचले. तिथे त्यांनी न्यायमूर्ती ऋषिवर मुखोपाध्याय यांचे अतिथ्य स्वीकारले. काश्मिरमधील वातावरण त्यांच्या आरोग्यासाठी उपयुक्त ठरले. अनेक काश्मिरी पंडित स्वामीजीसोबत विविध विषयावर चर्चा करण्यासाठी येऊ लागले. १४ सप्टेंबर रोजी काश्मिरच्या राजाच्या निमंत्रणावरून ते राजभवनाचे पाहुणे झाले. तिथे त्यांचे भव्य स्वागत करण्यात आले. त्यांना आपल्या आसनावर बसवून महाराजा रामसिंग स्वतः खाली बसले. दुपारनंतर दोन ते चार या वेळेत त्यांनी राजासोबत जनहितार्थ विविध विषयांवर चर्चा केली. त्यांची विद्वता पाहून काश्मिरचा राजा आश्चर्यचकीत झाला. १७ सप्टेंबरपासून ऑक्टोबरच्या पहिल्या आठवड्यापर्यंत डल तळयात स्वामीजींनी नावेत निवासकेला. या नावेची व्यवस्था महाराजांनी केली होती. या काळात स्वामीजींनी जवळ असलेल्या अनेक ऐतिहासिक स्थळांना भेटी दिल्या.

१२ ऑक्टोबरला ते श्रीनगरहून पुन्हा मरीला पोहचले. तिथे बंगाली आणि पंजाबी समाजातील प्रसिद्ध व्यक्तींनी मानपत्र भेट दिले. अभिनंदन सभेत त्यांनी एक सुंदर आणि प्रभावी व्याख्यान दिले. १६ ऑक्टोबरला ते मारीहून रावळपिंडीला पोहचले. तिथे ते हंसराज वकील यांच्या घरी पोहचले. तिथे त्यांची भेट आर्यसमाजी संत स्वामी प्रकाशानंद यांच्याशी झाली. १७ ऑक्टोबरला रावळपिंडीच्या जनतेच्या आग्रहावरून त्यांनी हिंदु धर्माच्या विषयावर व्याख्यान दिले. इंग्रजी भाषेतील त्याचे बहरदार भाषण दोन तास चालले. त्यानंतर १९ ऑक्टोबरला त्यांनी कालीबाडीमध्ये ‘स्वदेशाचे खरे कल्याण कसे होईल’ या विषय़ावर भाषण दिले.

२० ऑक्टोबर १८९७ ला स्वामीजी काश्मिरचे नरेश आणि जम्मूमधील प्रतिष्ठित नागरिकांच्या निमंत्रणावरून जम्मूला गेले. तिथे त्यांना ते सन्मानाने

त्यांच्यासाठी नियुक्त करण्यात आलेल्या ठिकाणी नेले. दुसऱ्या दिवशी स्वामीजी राजमहालात गेले. जिथे महाराजा, त्यांचे दोन भाऊ आणि अनेक उच्चाधिकाऱ्यांनी त्यांचे स्वागत केले. त्यांना सन्मानाने आसनावर बसविण्यात आले. त्यानंतर महाराजांनी त्यांना सन्यांशी धर्माविषयी अनेक प्रश्न विचारले. स्वामीजींनी त्यांना या विषयी विस्ताराने माहिती दिली आणि म्हणाले की रुढीचा परित्याग न केल्यामुळेच भारताची अधोगती झाली आहे.

महाराजासोबतच्या या गप्पांमध्ये परदेशी गेल्यावर धर्मच्युत होण्याचा प्रसंग आला तर स्वामीजींनी स्पष्ट शब्दात सांगितले, ''परदेश प्रवास केल्याशिवाय वास्तविक शिक्षण मिळत नाही.'' परदेश प्रवासाविषयीही स्वामीजीसोबत सविस्तार बोलणे झाले. काश्मिरच्या महाराजांशी स्वामीजींच्या या गप्पा सुमारे चार तास चालल्या. स्वामीजींच्या विचारामुळे महाराज खूप प्रभावित झाले.

२२ ऑक्टोबर रोजी स्वामीजींनी राजभवनात व्याख्यान दिले. या व्याख्यानाने महाराजा इतके प्रभावित झाले की त्यांनी विशेष विनंती करून स्वामीजींना आणखी एक आठवडा जम्मूमध्ये ठेवले. त्यांच्या विनंतीवरून स्वामीजींनी तिथे आणखी काही व्याख्याने दिली.

२९ ऑक्टोबर रोजी स्वामीजी जम्मूहून सियालकोटला पोहचले. तिथे त्यांनी हिंदीत दोन भाषणे दिली. तिथे महिलांच्या शिक्षणाची काहीही व्यवस्था नव्हती. ते पाहून स्वामीजींना खूप दुःख झाले. त्यांच्या प्रेरणेवरून लाला मूलचंद यानी सियालकोटमध्ये एक मुलींची शाळा सुरू केली.

५ नोव्हेंबरला स्वामीजी लाहोरला गेले. त्यांच्या सन्मानार्थ स्टेशनवर सनातन धर्म सभेचे कार्यकर्ते आधीपासूनच उपस्थित होते. ते स्वामीजींना राजा ध्यानसिंग यांच्या निवासस्थानी घेऊन गेले. तिथे त्यांनी आपल्या भेटीसाठी उत्सुक असलेल्यांना धर्मावर उपदेश केला. मग ते 'ट्रिब्युन' चे संपादक नरेंद्रनाथ गुप्त यांच्या निमंत्रणावरून त्यांच्या घरी गेले. लाहोरमध्ये त्यांनी 'हिंदु धर्माची समान आधारशीला', 'भक्ती' आणि 'वेदांत' या विषयावर व्याख्याने दिली.

आर्य समाजाच्या संपर्कात

लाहोरमध्ये स्वामीजींना आर्यसमाजाच्या सानिध्यात येण्याची संधी मिळाली. आर्यसमाज मूर्ती पूजेचे विरोधक आहेत. या विषयावर आर्य समाजी लोकांशी

स्वामीजींचा वाद विवाद होत राहिला. वास्तविक पाहता या मुद्यावर ते आर्य समाजाशी ते सहमत नव्हते. तथापी आर्य समाजाचे संस्थापक स्वामी दयानंद यांच्या जीवन चरित्र्यामुळे ते खूप प्रभावित झाले. आर्यसमाजी लोकांचे चारित्र्यविषयक वैशिष्ट्ये, त्याग, राष्ट्रप्रेम, समाज सुधारणा याचे ते प्रशांसक झाले. या सदगुणांची ते मुक्त कंठाने प्रशंसा करीत असत. पण त्यांच्या सांप्रदायिक कट्टरपणाचा विरोध करायला ते मागे हटत नसत.

'दयानंद अँग्लो वैदिक कॉलेज' लाहोरचे अध्यक्ष लाल हंसराज आर्यसमाजाचे कट्टर समर्थक होते. एके दिवशी स्वामीजीच्या समोर ते आणि त्यांचे काही आर्य समाजी मित्र असा तर्क मांडित होते, की वेद मंत्राचा फक्त एकच अर्थ होऊ शकतो, पण स्वामीजी म्हणतात की लोक आपापल्या बुद्धीनुसार त्यातून वेगळा अर्थ काढतात. या मतांना सर्वथा असंगत म्हटले जाऊ शकत नाही. लाला हंसराज आपल्या तर्काने आपले मत सिद्ध करण्याचा प्रयत्न करीत होते. त्यांच्या तर्कामध्ये स्वामीजींना हट्टधर्मिता दिसू लागत होती. ते कशाही प्रकारे आपला हट्ट सोडायला तयार नव्हते. तेव्हा स्वामीजी त्यांना म्हणाले, "लालजी, ज्या विषयी तुम्ही इतका हटट् करीत आहात, त्याला आम्ही कट्टरता म्हणतो. अशा प्रकारच्या कट्टरतेमुळे तुम्हाला तुमच्या समाजाचा प्रचार करायला मदत मिळाली, हे आम्हाला माहीत आहे. अशा प्रकारच्या कट्टरतेमुळे मानवी समाजाच्या कल्पनेपलिकडे कट्टर विचारांचा प्रचार आणि प्रसार होऊ शकतो, हे मलाही माहीत आहे. माझ्या हातात तीही शक्ती आहे. श्रीरामकृष्ण परमहंस यांना एक अवतार म्हणून मान्यता देण्यासाठी माझे गुरूबंधू अनेक दिवसांपासून तत्पर आहेत. फक्त मीच एकटा अशा प्रकारच्या प्रचाराच्या विरूद्ध आहे कारण माणसाने आपला विश्वास आणि मत याच्या आधारेच प्रगती करण्यासाठी स्वतंत्र ठेवायला हवे, यावर माझा ठाम विश्वास आहे. अशा प्रकारची प्रगती हळूहळू होत असली तरीही ती स्थायी स्वरूपाची असते. "

दुसऱ्या एका दिवशी आर्य समाजी लोकांचा स्वामीजींशी श्राद्धावर शास्त्रार्थ झाला. आर्यसमाजी श्राद्धावर विश्वास ठेवीत नाहीत. स्वामीजींनी आपल्या प्रबळ तर्काच्या द्वारे श्राद्धाचे समर्थन केले आणि आर्य समाजींना पराभूत केले.

सनातनी आणि आर्यसमाजी दोघेही स्वामीजींचा सारख्याच प्रकारे आदर करीत असत. कारण आर्य समाजातील अनेक तत्त्वांना जोरदार विरोध करूनही ते सांप्रदयिक उदारता दाखवित होते. आर्यसमाजी लोकांच्या वतीने पौराणिक हिंदुच्या आचार विचारांचा विरोध केल्यामुळे त्यांच्यात आणि पौराणिकात एक प्रकारची कटुता निर्माण

झाली होती. स्वामीजींनी आपल्या संपर्कात येणाऱ्या दोन्ही पक्षांच्या लोकांच्या मनातील ही कटुता दूर केली.

आर्यसमाजी, सनातन मताचा अवलंब करणारे आणि शिख यांच्यात सौहार्दाचे वातवरण निर्माण करण्यासाठी स्वामीजींनी लाहोरमध्ये युवकांची एक संस्था स्थापन केली. ही संस्था कोणत्याही प्रकारचा भेद भाव न करता विविध वर्गात सेवा करीत असे. आर्यसमाजाचे प्रचारक राहिलेले स्वामी अच्युतानंद यांच्यामुळे स्वामीजी इतके प्रभावित झाले की त्यांचे शिष्य झाले. त्यांनी स्वामीजींच्या पंजाब, काश्मिर प्रवासाचे क्रमबद्ध वर्णन केले आहे.

जगप्रसिद्ध व्यक्ती झाल्यावरही स्वामीजी मध्ये 'अंह'चा लवलेशही असत नव्हता. ते आपल्या जुन्या मित्रांना अशा प्रकारे भेटत असत, की जणू काही ते स्वामी विवेकानंद नसून लहानपणीचा नरेंद्रच आहे. त्यांचे लहापणीचे एक मित्र मोतीलाल घोष इंडियन सर्कसचे मालक झाले होते. एके दिवशी लाहोरमध्ये ते स्वामीजींना भेटले. त्याला पाहताच स्वामीजींनी ओळखले आणि त्याच्याशी लहानपणासारख्याच गप्पा करू लागले. लहानपणी दोघेही एकाच व्यायामशाळेत व्यायाम करीत असत. स्वामीजींशी गप्पा मारताना मोतिलाल घोष यांना संकोचल्यासारखे वाटत होते. स्वामीजींना काय म्हणावे हे काही त्यांना कळत नव्हते. त्यामुळे शेवटी त्यांनी विचारले, 'अरे बाबा, मी तुला काय म्हणू?"

"अरे मोती, तू काय वेडा झाला आहेस की काय? मी काय झालो आहे? मी तोच नरेंद्र आहे आणि तू मोती आहेस. " स्वामीजी अतिशय प्रेमाने आणि आपलेपणाने म्हणाले. त्यामुळे मोतिलाल घोष यांचा सर्व संकोच पळून गेला. दोघे मित्र थोडा वेळ लहानपणीच्या आठवणीत रमले.

लाहोरमध्येच स्वामीजींची भेट दुसरे एक योगी स्वामी रामतीर्थ यांच्याशी झाली. स्वामी रामतीर्थ तेव्हा फक्त तीर्थराम होते. (सन्यांश घेतल्यावर त्यांनी स्वामी रामतीर्थ हे नाव धारण केले होते.) तीर्थराम या काळात मिशन (फौरमेन ख्रिश्चियन) कॉलेज लाहोर येथे गणिताचे प्राध्यापक होते. ते स्वतःही वेदांचे विद्वान होते. स्वामीजींच्या अलौकिक व्यक्तिमत्त्वामुळे ते प्रभावित झाल्याशिवाय राहिले नाहीत. स्वामीजींनी ध्यानसिंग यांच्या महालासमोर जे भाषण दिले, त्याबद्दल 'अ स्टोरी ऑफ स्वामी राम' मध्ये पूर्णसिंग लिहितात,

"स्वामीजी ध्यानसिंग याच्या महालात थांबले होते. मला आजही ते दृष्य जसेच्या तसे दिसते. त्यावेळी स्वामीजींचे भाषण ऐकण्यासाठी लाहोरमधील लोक प्रंचड संखेने महालासमोर जमा झाले होते. त्यावेळी मी लहान बालकच होतो. पंजाब विद्यापीठाच्या इंटरच्या परीक्षेसाठी कॉलेजमध्ये शिकत होतो. या दृष्याची माझ्या मनपटलावर अमीट छाप पडली आहे. ती कशानेही मिटवली जाऊ शकत नाही. हवेली खचाखच भरली होती आणि लोक अंगणातही मावत नव्हते. स्वामीजींचे दर्शन करण्यासाठी लोक आत शिरायला रेटारेटी करीत होते. स्वामीजींनी अशी अतूर आणि अनयिंत्रित गर्दी पाहिल्यावर ते म्हणाले, "मी मोकळ्या मैदानावर व्याख्यान देतो. हवेलीबाहेरचे आंगण खूप मोठे असून त्यामध्ये मंदिराच्या आकाराचे एक उंच ठिकाणही आहे. "

"असे म्हणत स्वामीजी त्या प्लॅटफॉर्मवर जाऊन उभे राहिले. त्यावेळी त्यांची अलौकिक प्रतिमा, उत्तम निरोगी असलेले त्यांचे महाकाय शरीर, सन्यांशाची भगवी वेषभूषा, प्राचीन ऋषींची आठवण करून देणारी मुखमुद्रा, मोठे मोठे आकर्षक डोळे, याची जादू सर्व वातावरणावर पडली होती. त्यांनी डोक्यावर नारंगी रंगाचा फेटा पंजाबी पद्धतीने बांधला होता. शरीरावर केसरी रंगाचा दुपट्टा फडकत होता. थोड्याच वेळात वेदांत केसरी स्वामीने गर्जना सुरू केल्यावर ते अनेक तास गर्जत राहिले. लोक मंत्रमुग्ध होऊन त्यांचे भाषण ऐकत होते. सर्व जण मानसिक क्षितीजाच्या अवकाशात विहार करीत होते.

वास्तविक पाहता स्वामीजींच्या या भाषणाची व्यवस्था तीर्थराम यांनीच केली होती. प्रोफेसर तीर्थराम आधीच वैराग्याकडे झुकले होते.

स्वामी विवेकानंद यांच्या संपर्कात आल्यावर त्यांना एक नवीन दिशा सापडली. हा प्रभाव आणि दोन्ही व्यक्तींच्या व्यक्तिमत्त्वाची तुलना करताना डॉक्टर जयराम मिश्र आपल्या 'स्वामी रामतीर्थ जीवन आणि तत्त्वज्ञान' या पुस्तकात लिहितात,

'... तीर्थराम स्वामी विवेकानंद यांच्या अतिशय जवळून संपर्कात आले आणि त्यांच्या आदर्शामुळे प्रभावित झाले. स्वामी विवेकानंद आधुनिक युगातील पहिले मंत्रद्रेष्टे ऋषी होते, ज्यांनी शंकराचार्यांच्या अद्वैत वेदांतला व्यवहारिक स्वरूप प्रदान केले. त्यानी अद्वैत वेदांताला भक्ती, कर्म, देश सेवा, मानवाची सेवा असे अनेक मुद्दे समजावण्याचा आणि समजण्याचा प्रयत्न केला आहे. स्वामी विवेकानंद यांच्याशी भेट झाल्यावर तीर्थराम यांच्या त्याग यासारख्या भावना अधिक उद्दिपित झाल्या. स्वामी विवेकानंद यांच्या आदर्शांनी तीर्थरामयांची मूक आत्मानुभूतीची वाणी व्यक्त

केली. पुढे चालून तीर्थराम यांनी वेदांताच्या या मुद्यांची पुन्हा नव्या स्वरूपात व्याख्या केली. ज्याचे निर्देश स्वामी विवेकानंद यांनी आधीच केले होते.

"स्वामी विवेकानंद आणि स्वामी रामतीर्थ यांच्यामध्ये एक असामान्य बौद्धिक समानता होती. या समानतेकडे संकेत करीत स्वामी रामतीर्थ यांचे शिष्य सरदार पूर्णसिंग यांनी लिहिले आहे,

"स्वामी विवेकानंद स्वामी रामतीर्थ यांच्यापेक्षा मोठे तत्त्वज्ञ वक्ता होते आणि नरकेसरी सन्यांशी होते. स्वामी रामतीर्थ त्यांच्यापेक्षा मोठे होते. आपल्या गंभीर समाधीजन्य परमानंदात, जे एखाद्या मधुघटाप्रमाणे ती काव्यमय परिस्थितीत जगत होते. जी नेहमी त्यांच्या पदराला धरून असे. "

वास्तविक पाहता भारतातील या दोन्ही विभूती एक वेगळे उदाहरण आहे. दोघांचेही एक विशिष्ट स्थान आहे. दोघांनीही मातृभूमीचा गौरव वाढविला आहे. तसेच प्राचीन गौरवशाली भारतीय संस्कृती आणि वेदांताची परक़ीयांना ओळख करून दिली. दोघेही वेदांताचे विद्वान होते. दोघांनीही देशात आणि परदेशात या विषयावर व्याख्याने दिली.

रामतीर्थ यांनी आपले गुरू धन्नाराम यांना लिहिलेल्या पत्रात स्वतः मान्य केले आहे, की आपण स्वामीजींच्या व्याख्यानामुळे प्रभावित झालो आहोत, "स्वामी विवेकानंदांची व्याख्याने ऐकली. ते अतिशय योग्य आहेत. त्या काळात सुट्टी खूप कमी मिळाली. ... आर्यसमाजाला खूप मोठा फायदा झाला."

तीर्थराम यांनी एके दिवशी स्वामीजींनी जेवणासाठी आमंत्रित केले. त्यांना स्वामीजींशी वेदांतावर चर्चा करायची होती. स्वामीजींनी आपल्या शिष्यासह तीर्थराम यांचे अतिथ्य स्वीकारले. त्यांनी तीर्थराम यांच्याशी गंभीर चर्चा केली. या विषयी 'विवेकानंद चरित्र'चे लेखक सत्येंद्रनाथ मुजुमदार लिहितात,

"योग्य अधिकारी पाहून स्वामीजींनी वेदांताच्या कार्यासाठी त्यांनी प्रेरित केले. स्वामीजींनी आपल्या विवेक-वैराग्यवान तसेच शिक्षित मित्राला स्वदेशात तसेच परदेशात वेदांताचा प्रचार केल्याने होणाऱ्या महान कल्याणाची गोष्ट अशा प्रकारे समजावून सांगितली की प्रोफेसर (तीर्थराम) महोदयांच्या जीवनात एक नवीन परिवर्तन आले. त्यांनी वेदांताच्या प्रचार कार्यासाठी आपले जीवन वाहून घेण्याचा ठाम संकल्प केला. "

त्यानंतर प्रोफेसर तीर्थराम यांच्या घरून निघण्यासाठी स्वामीजी तयार झाले तेव्हा त्यांनी आपली सोन्याची घडी स्वामीजींना भेट म्हणून दिली. त्यावर स्वामीजी हासत हासत म्हणाले, "आता ही घडी मी माझ्या खिशात ठेवून वापरतो." त्यांनी घडी आपल्या खिशात ठेवली.

आर्यसमाजाशी प्रेम आणि आर्यसमाजी लोकांशी मैत्री यामुळे असे वाटत होते आणि काही लोक तर चर्चाही करू लागले होते, की स्वामीजींना आर्यसमाजाचा प्रमुख म्हणून निवडले जाईल, पण असे काही झाले नाही.

त्यानंतर प्रकृती अस्वास्थ्यामुळे ते काही दिवसांसाठी डेहराडूनला गेले. खेतरीचे राजे त्यांना आमंत्रित करण्यासाठी वारंवार पत्र लिहित होते. त्यामुळे काही दिवस डेहराडूनला राहिल्यानंतर ते सहारनपूरमार्गे आधी दिल्लीला आणि नंतर अलवरला पोहचले. अलवरहून ते जयपूर मार्गे खेतरीला गेले. स्वामीजींच्या आगमनाचे वृत्त कळताच खेतरीचे राजे त्यांचे स्वागत करण्यासाठी खेतरीपासून १२ मैल पुढे गेले होते. तिथून स्वामीजींना विशाल शोभायात्रा काढून आणण्यात आले. या निमित्ताने राज्यात समारोह साजरा करण्यात आला. एका कार्यक्रमात राजदरबारातील सर्व लोकांनी स्वामीजींना चरण स्पर्श करून दोन दोन रूपये भेट दिले. राजाने त्यांना तीन हजार मुद्रा भेट दिल्या. या निमित्ताने स्वामीजींना मानपत्रही देण्यात आले.यानंतर स्वामीजींनी एक भाषण दिले. त्यामध्ये त्यांनी मुलांच्या शिक्षणासंबंधी विचार व्यक्त केले, "मुलांना शिक्षण द्यायचे असेल, तर त्यांच्यावर अधिक विश्वास दाखवावा लागेल. मुले परमेश्वराच्या अनंत शक्तीचा आधार आहेत, यावर विश्वास ठेवावा लागेल. त्यांना शिक्षण देताना हे तथ्य लक्षात घ्यायला हवे. त्यांनी स्वतः चिंतन करायला शिकायला हवे, हे आपण लक्षात ठेवायला हवे. या मौलिक चिंतनाची उणीव हेच भारताच्या सध्याच्या अवस्थेचे मुख्य कारण आहे. मुलांना जर अशा प्रकारचे शिक्षण दिले तर ते माणूस होऊन आपल्या जीवन संघर्षात आपल्या समस्यांचा सामना करायला समर्थ होतील."

खेतरीमध्ये २० डिसेंबर १८९७ रोजी स्वामीजींचे एक विशेष व्याख्यान झाले. यावेळी खेतरी राजा आणि राज्यातील अनेक महत्त्वाच्या व्यक्तीसमवेत अनेक युरोपिय लोकही उपस्थित होते. स्वामीजींनी सुमारे दीड तास व्याख्यान दिले. आपल्या या व्याख्यानात ते म्हणाले, "आम्ही हिंदु नाहीत, आम्ही वेदांती नाहीत, तर वास्तविक पाहता आपण सारे स्पृश्य- अस्पृश्यता मानणारे आहोत. कीचन हेच आपले मंदिर आहे. जेवण तयार करण्याचे भांडे हेच आमचा परमेश्वर आहे आणि 'स्पर्श करू

नका, स्पर्ष करू नका' मंत्र आहे. समाजातील हा अंध दुसंस्कार दूर करायला हवा. असे उदात्तीकरण उपनिषदांच्या शिकवणीमुळेच होऊ शकते. "

ख़ेतरीहून जोधपूर, इंदौर, खंडवा या ठिकाणाहून प्रवास करीत स्वामीजी जानेवारी १९९८ मध्ये कोलकत्त्याला परत आले. मुंबई, गुजरात या ठिकाणाहून स्वामीजींना अनेक निमंत्रणे मिळाली होती,पण खंडव्यामध्ये प्रकृती बिघडल्यामुळे ते या ठिकाणी जाऊ शकले नाहीत.

ग़ंगेच्या काठावर एक मठ स्थापन करण्याची स्वामीजींची एक इच्छा होती. त्यासाठी त्यांना बेलूड गाव योग्य वाटले. स्वामीजीची शिष्य हेनिरएटाकडून मिळालेल्या पैशांचा वापर करून बेलूडमध्ये जमीन खरेदी करण्यात आली. त्यानंतर तिथे बांधकाम सुरू करण्यात आले. त्यासाठी लागणाऱ्या पैशांची व्यवस्था स्वामीजींची अमेरिकेतील शिष्या ओलीबुल यांनी केली. या कालावधीत स्वामीजी बेलूड गावात नीलांबर मुखोपाध्याय यांच्या बागेतील घरात रहात होते. आलम बाजारातील मठही इथे स्थलांतरीत करण्यात आला. सेवियर जोडपे यावेळी हिमालयीन विभागात मठ स्थापन करण्यासाठी योग्य ठिकाणाची निवड करीत होते.

यज्ञोपवित संस्कार

या काळात स्वामीजींचे अनेक सहकारी अमेरिका इत्यादि पाश्चात्य देशात प्रचार करून परत आले होते. काही सहकारी दुष्काळात समाजकर्या करीत होते. रामकृष्ण मिशनचे कार्यही योग्य प्रकारे चालले होते. बंगाल मधील ब्राह्मण इतर सर्व जातींना शूद्र समजत असल्याचा उल्लेख आधीही करण्यात आला आहे. याउलट स्वामीजीच्या दृष्टीने क्षत्रीय आणि वैश्य यांनाही स्थान होते. सामाजिक रुढींच्या बंधनात हे दोन वर्ग आपले संस्कार विसरले होते. काही दिवसानंतर श्रीरामकृष्ण यांची जयंती साजरी करण्यात आली. या दिवशी स्वामीजींनी घोषणा केली, की श्रीरामकृष्ण यांच्या सर्व अब्राह्मण शिष्यांचा यज्ञोपवित संस्कार केला जाईल. श्री शरच्चद्रं चक्रवर्ती हा संस्कार संपन्न करतील. स्वामीजी म्हणाले, "श्रीरामकृष्ण यांचे सर्व भक्त ब्राह्मण आहेत. ब्राह्मण, क्षत्रिय आणि वैश्य या तिन्ही वर्णांना उपनयन संस्कार करण्याचा अधिकार असल्याचे वेदात सांगितले आहे. संस्कार नसल्यामुळे हे लोक व्रात्य झाले

आहेत. आज श्रीरामकृष्ण यांच्या जयंतीच्या पूण्य प्रसंगी आपल्या अधिकारानुसार क्षत्रिय किंवा वैश्य व्हा. वेळ आल्यावर त्यांना ब्राह्मणही व्हावे लागेल." या प्रसंगी सुमारे पन्नास लोकांनी गंगास्नान केल्यानंतर श्रीरामकृष्ण यांच्या फोटोच्या साक्षीने यज्ञोपवित धारण केले.

स्वामीजींच्या या क्रांतिकारी कार्याला रुढीवादी लोकांनी जोरदार विरोध केला. या कामाच्या द्वारे हिंदु समाजाच्या एका खूप मोठ्या वर्गात आलेली हीन भावना दूर करण्याचा प्रयत्न करीत होते. सनातन्यांना हे सर्व असह्य झाले. यज्ञोपवित धारण करणाऱ्यांना समाजात अनेक प्रकारे अपमानित करण्यात आले. त्यावेळी हे कार्य भलेही टीकेचा विषय झाले होते, तरीही नंतर बंगालमधील अनेक ब्राह्मण्येत्तर जातींना यापासून प्रेरणा मिळाली. ते क्षत्रियत्त्व आणि वैश्यत्व ग्रहण करण्याची मागणी करून लागले. स्वामीजींच्या या कार्याची तुलना महर्षी दयानंद सरस्वती यांच्या 'कृणवन्तो विश्वमार्यम् ' या थोर घोषणेशी केली जाऊ शकते.

भगिनी निवेदिता

यावेळी बेलूड मठाचे निर्माण कार्य सुरू होते. यासाठी खरेदी केलेल्या जमिनीवर एक जुने घरही होते. मठातील काही सन्यांशी नीलांबर मुख्योपाध्याय यांच्या भाड्याच्या घरात राहत होते, तर काही खरेदी केलेल्या घरात. काही परदेशी शिष्या खरेदी केलेल्या जमिनीवर झोपड्या उभारून राहू लागल्या. वेळ मिळाल्यावर स्वामीजी त्यांना भारतीय आचार, विचार आणि तत्त्वज्ञान याची शिकवण देत असत. तसे तर त्यांना शिकविण्याचे काम स्वामी स्वरूपानंद करीत असत. कुमारी मार्गरिट नोबेल यांनी सन्यास घेण्याचा निर्णय घेतला होता. याआधी त्यांनी स्वामीजीकडे भारतात येण्याविषयी परवानगी मागितली होती, तेव्हा त्यांनी लिहिले होते, 'जर गरिबी, अधःपतन, कुजलेले मळलेले जुने फाटके वस्त्र घातलेले स्त्री -पुरूष पाहण्याची इच्छा असेल, तर ये. दुसऱ्या कशाची अपेक्षा ठेवून येऊ नको. आम्ही तुमची कठोर टीका सहन करू शकत नाही."

कुमारी नोबेल यांना दुसरी एक घटनाही आठवत होती. एकदा एक इंग्रजी महिला थोडा विचित्र वेष घातलेल्या कुरूप ब्राह्मणाला पाहुन हसली तेव्हा स्वामीजी तिला दटावताना म्हणाले, "गप्प बस! त्यांच्यासाठी तुम्ही काय केले आहे? " कुमारी नोबेल यांना त्यांच्या आग्रहावरून ब्रह्मचर्याची दीक्षा देण्यात आली. त्यांनी 'भगिनी निवेदिता' असे नाव देण्यात आले. त्यांना दीक्षा देताना स्वामीजी म्हणाले होते, "वत्से ! ये, तू

त्याचेच अनुसरण कर, ज्यांनी बुद्धत्व प्राप्त करण्यापूर्वी पाचशेवेळा लोककल्याणार्थ आत्मत्याग केला होता.”

अत्याधिक श्रमामुळे स्वामीजीचे शरीर दुबळे होत चालले होते. ते अनेक वेळा आजारी पडले होते. इकडे पुन्हा एकदा ते आजारी पडले. वैद्यानी त्यांना वातावरणात बदल करण्याचा आणि विश्रांती घेण्याचा सल्ला दिला होता. त्यामुळे ३० मार्च १९९८ रोजी ते पुन्हा दार्जिलिंगला गेले.

प्लेगग्रस्तांची सेवा

दार्जिलिंगमध्ये स्वामीजींच्या प्रकृतीत थोडी सुधारणा होत असतानाच कोलकत्त्यात प्लेगचा प्रकोप झाल्याची बातमी त्यांना कळली. यामुळे रोज हजारो व्यक्ती मरत होत्या. ही बातमी कळल्यावर दार्जिलिंगमध्ये राहणे त्यांना अशक्य झाले. ३ मे रोजी ते कोलकत्त्याला परत आले.

कोलकत्त्याला परत आल्यावर लगेच त्यांनी प्लेगला पायबंद घालण्याविषयी एक व्याख्यान दिले. या व्याख्यानाचा बंगाली आणि हिंदी अनुवाद वर्तमानपत्रात प्रकाशनासाठी दिला. त्यानंतर ते मनापासून प्लेगग्रस्तांची सेवा करू लागले. या कामात त्यांना त्यांच्या अनेक सहकाऱ्यांनी आणि शिष्यांनी मदत केली. भगिनी निवेदिता यांनीही विशेष पराक्रम केले. प्लेगमुळे कोलकत्त्यात एक दहशत पसरली होते. त्यावर कहर म्हणजे ‘प्लेग रेग्युलेशन’ च्या नावाखाली लोकांवर अमानवी अत्याचार केले जात होते.

प्लेगग्रस्तांची सेवा करण्यासाठी स्वामींजीकडे साधनांचा अभाव होता. याकडे त्यांचे लक्ष वेधीत त्यांच्या एका गुरूबंधुने प्रश्न विचारला तेव्हा त्यांनी उत्तर दिले, “गरज पडली तर मठासाठी खरेदी केलेली जमीन विकू. हजारो स्त्री पुरूष आपल्या समोर दुःख सहन करीत असताना आपण मठात रहावे, ही माणुसकी नाही. आवश्यकता पडल्यास आपण पुन्हा झाडाखाली राहू. भिक्षेतून जे काही मिळेल, ते आपल्यासाठी पुरेशे आहे. ” अर्थात मठाची जमीन विकण्याची त्यांच्यावर वेळ आली नाही. अनेक अन्नदात्यांनी त्यांच्या या पूण्य कामासाठी आर्थिक मदत केली. काही उत्साही लोकही या कामात मदत करण्यासाठी पुढे आले. प्लेगग्रस्त भागात स्वच्छता आणि औषध वितरणाचे कार्य केले. स्वामीजीच्या या कामामुळे स्वामीजींचे

विरोधकही प्रभावित झाले. स्वामीजी फक्त सांगण्यापुरतेच नाही, तर प्रत्यक्ष काम करणारे वेदांती आहेत, असे ते म्हणू लागले. ज्या अस्पृष्य समाजाला स्पृश्य करायला बंगाली समाज संकोच करीत होता, त्यांच्या वस्तीत जाऊन स्वामीजी स्वच्छता करू लागले. त्यांनी एका खऱ्या वेदांतीचा आदर्श स्थापन करून दलित -दुबळयांची सेवा करण्यातच परमेश्वर पाहिला. हे काम करताना त्यांनी आपल्या प्राणांचीही पर्वा केली नाही.

पुन्हा फिरतीवर

सेवियर जोडपे यावेळी अल्मोडामध्ये होते. स्वामीजींनी आधापासूनच आपल्या युरोपियन शिष्यासोबत उत्तराखंडात प्रवासाला जाण्याचा निश्चय केला होता. कोलकत्यातील प्लेगचा प्रकोप कमी झाल्यावर ते अल्मोडाला गेले. आधी ते नैनितालला पोहचले. यावेळी खेतरीचे राजेही नैनितालला होते. स्वामीजी इथे त्यांच्याक़डे राहिले.

नैनितालमध्ये एके दिवशी स्वामीजीला लहानपणाचे मित्र योगेशचंद्र दत्त त्याला भेटायला आले. ते भारतीय तरूणांना सिव्हिल सर्व्हिसची तयारी करण्यासाठी इंग्लंडला पाठवू इच्छित होते. या कामासाठी चंदा जमा करायला त्यांनी आपल्याला मदत करावी, असे ते बोलता बोलता म्हणाले. त्यांचा हा प्रस्ताव ऐकल्यावर स्वामीजी गंभीर झाले आणि म्हणाले, “योगेश, तू खूप मोठी चूक करीत आहेस. असे तरूण भारतात परत आल्यावर युरोपियन समाजात सामील होतात. ते पावलो पावली इंग्रजांची नक्कल करतील. ते स्वदेशाचा आणि स्व समाजाचा चुकूनही विचार करणार नाहीत.” इतके बोलल्यावर त्यांच्या डोळयात आश्रू आले.

निवेदिताला दिव्य अनुभूती

नैनितालहून स्वामीजी अल्मोडाला पोहचले. तिथे ते सेवियर जोडप्याच्या घरात राहू लागले. त्यांच्या पाश्चात्य शिष्या जवळच एका दुसऱ्या घरात रहात होत्या. स्वामीजी सकाळी उठून फिरायला जात असत आणि तिथून परत आल्यावर शिष्यांच्या घरी जाऊन त्यांना उपदेश करीत असत. त्यांच्या उपदेशाचा मुख्य विषय भारत कल्याण असायचा. भगिनी निवेदिता यांनी सन्यांशाची दीक्षा घेतल्यावरही त्या आपल्या पाश्चात्य संस्कारापासून पूर्णपणे मुक्त झाल्या नव्हत्या. त्यामुळे त्यांना

अनेक वेळा स्वामीजींची टीका सहन करावी लागत होती. त्यामुळे त्यांना मानसिक त्रासही होत होता. याविषयी त्यांनी स्वतः लिहिले आहे, "सध्या माझ्या चिरसंचित समजांवर नेहमीच आक्रमण आणि तिरस्काराचा वर्षाव होत आहे. ही माझी कधीही अपेक्षा नव्हती. त्यामुळे अनेक वेळा मला दुःखी व्हावे लागत होते. अनुकूल भावना असणाऱ्या स्वामीजी विषयी माझा जो समज होता, तो आता लुप्त होऊ लागला असून त्याची जागा उदासी आणि विरोधी स्वभावाच्या व्यक्तीने घेतली आहे. यावेळी मी ज्या मानसिक त्रासाचा सामना करणे, त्याचा विचार करण्याचा प्रयत्न म्हणजे विडंबना आहे."

भगिनी निवेदिता यांची अशी मानसिक अवस्था जास्त दिवस राहिली नाही. एके रात्री आकाशात द्वितीयेचा चंद्र दिसू लागला होता, तेव्हा स्वामीजी निवेदिताला म्हणाले, "बघ, मुसलमान नवीन चंद्राचा अतिशय आदर करतात. चला, आजपासून यासोबत आपणही एका नवीन जीवनाला सुरूवात करू." असे म्हणून त्यांनी भगिनी निवेदिता यांच्या डोक्यावर आपला हात ठेवला. त्याच क्षणी भगिनी निवेदिताला एक दिव्य अनुभूती झाली. त्यांचा सर्व मानसिक त्रास गेला आणि पाश्चात्य संस्कार विलिन झाले. आपल्या या अनुभवाविषयी त्या लिहितात, "अनेक वर्षांपूर्वी श्रीरामकृष्ण म्हणाले होते, की अशीही एक वेळ येईल, की तेव्हा नरेंद्र फक्त आपल्या स्पर्शाने दुसऱ्याच्या मनात ज्ञानाचा संचार करण्यात समर्थ होतील. त्यांची भविष्यवाणी सत्य सिद्ध झाली."

अल्मोडामध्ये अनेक लोक आपल्या ज्ञानविषयक विविध समस्या घेऊन स्वामीजीकडे येत असत. त्यामुळे स्वामीजींना एकांत साधना करण्यासाठी वेळ मिळत नसे. या सर्वांचा त्यांना आता उबग आला होता. त्यामुळे ते जवळच्या वनात जाऊ लागले. तिथे ते नियमितपणे रोज दहा अकरा तास एकांतात घालवित. एकांताचा हा क्रम एक आठवडा चालला.

५ जून १८९८ रोजी अशा प्रकारे एकांतात वेळ घालवून संध्याकाळी परत आल्यावर त्यांना आपल्या दोन जवळच्या माणसांच्या मृत्यूचे वृत्त कळाले. त्यापैकी एक होते गाझीपूरचे महान संत पवहारी बाबा आणि दुसरे श्री गुडवीन. जे अमेरिकेत असताना त्यांच्या संपर्कात आले होते. स्वामीजींच्या व्याख्यानाचे लघुलेखन करीत होते. श्री गुडवीन २ जून रोजी तीव्र तापामुळे उटकमंडू येथे निधन झाले होते. स्वामीजी एक वेदांती होते. जीवन आणि मृत्यू म्हणजे त्यांच्या दृष्टीने माया होती. त्यामुळे या दुःखद

बातम्या त्यांनी कोणतीही प्रतिक्रिया व्यक्त न करता ऐकल्या आणि मौन राहिले.

स्वामीजींच्या प्रेरणेने 'प्रबुद्ध भारत' या पत्रिकेचे प्रकाशन सुरू केले होते. त्याचे संपादक श्री सिगरावेलू मुदलियार होते. काही दिवसांपूर्वी त्यांचे निधन झाल्यावर या पत्रिकेचे प्रकाशन बंद होण्याची वेळ आली होती. स्वामीजींनी ही पत्रिका अल्मोडाहून प्रकाशित करण्याची व्यवस्था केली. स्वामी स्वरूपानंद यांना त्याचे संपादक तर श्री सेवियर यांना संचालक केले. त्यानंतर श्रीमती बुल यांचे अतिथी म्हणून ते काश्मिर भ्रमणासाठी निघून गेले.

काश्मिरी प्रवासाच्या सुरूवातीला ते रावळपिंडीला गेले. तिथून ते टांग्यात बसून मरीला गेले. मरीला तीन दिवस राहिल्यानंतर ते बारमुल्ल्याला आणि तिथून ते हाऊस बेटने नदीच्या मार्गाने २५ जून १८९८ ला श्रीनगरला पोहचले. या प्रवासात त्यांनी आपल्या शिष्यांना काश्मिरचे प्राचीन वैभव, धर्म-संस्कृती याविषयी सांगितले.

काही दिवस श्रीनगरला प्रवास केल्यानंतर स्वामीजीमध्ये एक विचित्र परिवर्तन झाल्याचे आढळून आले. इतके दिवस ते प्रसन्नचीत राहत होते, पण आता ते गंभीर होत असल्याचे त्यांच्या शिष्यांना आढळून आले. ते कोणालाही काहीही न सांगता नावेत बसून दूर निघून जात असत. शिष्यांना खूप काळजी वाटू लागली होती, पण स्वामीजी आपल्याला सरप्राईज देणार आहेत, हे त्यांना काय माहीत? वास्तविक पाहता ४ जुलै जवळ आली होती. या दिवशी अमेरिकेचा स्वातंत्र्य दिवस साजरा केला जात होता. आपल्या अमेरिकन शिष्यांना आश्चर्यचकीत करण्यासाठी ते एकांतात तयारी करीत होते. चार जुलैला सकाळी ते आपल्या शिष्यांना घेऊन एका ठिकाणी गेले. तिथे गेल्यावर त्यांचे अमरिकन शिष्य आश्चर्यचकीत झाले. तिथे पुष्प वेलींनी सुशोभित केलेल्या एका नावेवर अमेरिकन ध्वज फडकत होता. यावेळी स्वामीजींनी एक स्वरचित कविताही ऐकवली.

अमरनाथ यात्रा

६ जुलैला कुमारी मॅकलिओड आणि श्रीमती बुल काही कामासाठी गुलमर्गला गेल्या. त्या तिथून १० जुलैला श्रीनगरला परत आल्या तेव्हा स्वामीजी कोणालाही काही न सांगता कुठे तरी निघून गेल्याचे कळले. सर्वांनी स्वामीजींचा खूप शोध

घेतला. तेव्हा ते सोनमार्गद्वारे अमरनाथला गेल्याचे कळले. पण ते अमरनाथला पोहचू शकले नाहीत कारण उन्हाळयामुळे बर्फ वितळून जाण्याचा मार्ग बंद झाला होता. त्यामुळे १५ जुलैला ते श्रीनगरला परत आले.

१८ जुलैला ते इस्लामाबादला पोहचले. तिथे त्यांनी प्राचीन मंदिराना तसेच अवंतीपुराच्या भग्नावशेषांचे दर्शन केले. तिथून ते अच्छावलला पोहचले. अच्छावलचा काही दिवस प्रवास केल्यानंतर ते आपल्या शिष्यांसमवेत झेलमच्या तटावर फिरायला जात असत. या भ्रमणाच्या वेळी ते आपल्या शिष्यांना विविध धर्माच्या शिकवणुकीविषयी उपदेश करीत असत. काही दिवस थांबल्यावर त्यांनी अमरनाथला जाण्याचा निर्णय घेतला. भगिनी निवेदितालाही त्यासाठी अज्ञा मिळाली. स्वामीजी अमरनाथहून परत येईपर्यंत इतर शिष्य पहलगामला राहतील, असे ठरले.

ठरलेल्या वेळी भगिनी निवेदिताला सोबत घेऊन स्वामीजी तीर्थ यात्रा करणाऱ्या गटासोबत तीर्थयात्रेला निघाले. यात्रेच्या पहिल्याच दिवशी संध्याकाळी सर्व प्रवाशांनी एका मैदानात आपापले तंबू गाडले. त्यांच्यामध्ये स्वामीजीही आपला तंबू उभारण्याचा प्रयत्न करू लागले. तीर्थयात्रेतील सन्यांशानी याला विरोध केला. एका इंग्रजी महिलेसोबत स्वामीजींनी आपल्यात रहावे, असे त्यांना वाटत नव्हते. यावरून वाद वाढला. स्वामीजी तिथेच तंबू उभारण्याचा हट्ट धरून बसले. इतर सन्यांशी त्याला विरोध करू लागले. तोच एक नागा साधू स्वामीजी समोर येऊन म्हणाला, 'तुमच्यात प्रचंड शक्ती आहे, यामध्ये काहीच शंका नाही. पण ती प्रकट करणे योग्य होणार नाही." स्वामीजींना आपली चूक उमगली. त्यामुळे ते मौन झाले आणि त्यांनी आपला तंबू इतरत्र लावला. दुसऱ्या दिवशी इतर सन्यांशांना काय प्रेरणा काय झाली माहीत, पण इतर सन्यांशांनी स्वतः होऊन स्वामीजींचा तंबू आपल्या समोर लावला. त्याच बरोबर सन्यांशी धुनीच्या जवळ बसून त्यांच्यासोबत धर्मावर चर्चा करू लागले आणि भगिनी निवेदिता यांच्याशीही अतिशय सौहार्दपणे वागले.

अमरनाथ यात्रेच्या मार्गावर स्वामीजींनी इतर सन्यांशासोबत सर्व नियमांचे पालन केले. खरं तर ते खूप थकले होते, पण त्यांनी ते इतरांना जाणवू दिले नाही. कारण त्यांनी अशी भीती वाटत होती, की आपल्या सोबत्यांना ही माहिती कळली, तर ते त्यांना पुढे जाण्यासाठी अडकाठी आणतील, असे वाटत होते. शेवटी २ ऑगस्ट १९९८ रोजी स्वामीजी अमरनाथला पोहचले. दूरूनच अमरनाथ गुहेचे दर्शन झाल्यावर सहकारी प्रवाशी महादेवाचा जयजयकार करू लागले. बर्फाच्या

पाण्याने स्नान करू लागले. थकल्यामुळे स्वामीजी मागे राहिले. निवेदितालाही हे पाहून काळजी वाटू लागली; पण ते म्हणाले, "मी स्नान करायला जात आहे, तू मागे ये."

स्नान केल्यावर एक कफनी परिधान करून स्वामीजींनी अंगाला भस्म लावले आणि ते अमरनाथ गुहेत गेले. त्यांनी जमिनीवर लोटांगण घालून भगवान अमरनाथ यांना प्रणाम केला. गुहेतून बाहेर आल्यावर त्यांनी पांढऱ्या कबुतराचे दर्शन केले. नंतर मग ते भगिनी निवेदिता यांच्यासह एका शिळेवर बसले. एक नागा साधूही त्यांच्यासोबत होते. एखाद्या लहान मुलासारखे आनंदी होऊन स्वामीजी म्हणू लागले, "आज मला साक्षात शिवाचे दर्शन झाले. इथे प्रवाशांना लुटण्यासाठी हात पसरणारे पांडे नाहीत. धर्माचा व्यापार नाही. मनाला दुःखी करणारी कोणतीही गोष्ट नाही. इथे फक्त अराधनेची अनंत भावना आहे. दुसऱ्या कोणत्याही तीर्थावर मला अशी अनुभूती आली नाही."

या प्रवासाच्या वेळी स्वामीजी शारीरिकदृष्ट्या अस्वस्थ झाले होते, पण त्यांनी त्याबाबत कोणालाही काहीही सांगितले नाही. ते इतके दुबळे झाले होते, की या प्रवासाच्या वेळी प्रत्येक क्षणी आपल्याला आता मूर्च्छा तर येणार नाही ना, अशी भीती वाटत होती. आपल्या अदम्य इच्छाशक्तीच्या बळावर त्यांनी स्वतःवर नियंत्रण ठेवले होते. त्यांच्या उजव्या डोळ्यात रक्त जमा होऊन धब्बा पडला होता. त्यानंतर काही दिवसांनी एका वैद्याने त्यांची तपासणी केली तेव्हा त्यांना हृदयविकार असल्याचेही आढळून आले.

अमरनाथहून परतल्यावर स्वामीजी आधी पहलगामला गेले. तिथे त्यांच्या शिष्या थांबलेल्या होत्या. त्या सर्वांसोबत ते ८ ऑगस्ट रोजी श्रीनगरला पोहचले. इथे पुन्हा स्वामीजी एकांतप्रिय झाले होते. ते तळ्यात नौकाविहार करीत असताना आपली नौका एखाद्या निर्जनस्थळी नेत असत. कधी कधी ते काश्मिर राजाच्या दरबारातही जात असत. तिथे भारताचा विकास आणि हिंदु धर्मातील अस्पृश्यता या विषयावर चर्चा करीत असत. स्वामीजी 'जीवो जीवस्य जीवनाम् ' या विचारांचे होते. त्यांनी खोट्या अहिंसेचा कधीही प्रचार केला नाही. एकदा काश्मिर राजाच्या दरबारात त्यांना कोणी तरी विचारले, "स्वामीजी, एखादी बलवान व्यक्ती एखाद्या दुबळया व्यक्तीवर अत्याचार करीत असेल, तर आपण काय करावे? " "अशा वेळी आपल्या बाहुबळाचा वापर करून त्या बलवानाचा पराभव करायला हवा." स्वामीजींनी उत्तर दिले. दुबळेपणा आणि मूर्खपणा असेल, तर क्षमेला काहीही महत्त्व असत नाही, असे त्यांचे स्पष्ट मत

होते. साधेपणाने विजय मिळविण्याची शक्यता असेल, तरच क्षमा करायला हवी. हे जग एक रणभूमी आहे, असे ते म्हणत असत. युद्ध करून आपाल मार्ग स्वच्छ करा.

स्वामीजींना काश्मिरमध्ये एक संस्कृत विद्यालय आणि मठाची स्थापना करायची होती. त्यासाठी त्यांनी हवी तिथे जागा नक्की करावी, असे वचन काश्मिरच्या राजाने दिले होते. स्वामीजींना झेलम नदीच्या काठावरील एक ठिकाण आवडले. काश्मिर राजाच्या अश्वासनामुळे स्वामीजींचे शिष्य तिथे एक तंबू रोवून राहू लागले. सप्टेंबरमध्ये सरकारच्या वतीने त्यांना ती जमिन मिळणार नसल्याचे सूचित करण्यात आले. या घटनेमुळे स्वामीजींना दुःख झाले की नाही माहीत नाही, पण त्यांना इतके मात्र नक्की कळले की आपण देशी राजांच्या राज्यात नाही, तर ब्रिटिश राजवटीत आपले काम करायला हवे.

३० सप्टेंबर रोजी स्वामीजी एकटेच क्षीरभवानीकडे निघाले. आपल्यासोबत कोणीही येऊ नका, असे त्यांनी आपल्या शिष्यांना सांगितले. तिथे त्यांनी क्षीरभवानीच्या तटावर अभिष्ठान केले. एके दिवशी यज्ञवेदीसमोर ते भगवती देवीचे ध्यान करीत बसले होते. इतक्यात एका भग्न मंदिराकडे त्यांचे लक्ष गेले. देवी भगवतीचे ते मंदिर मुसलमान आक्रमकांनी उद्धवस्त केले होते. स्वामीजी मनात विचार करू लागले, 'त्यावेळी हिंदुकडे इतकीही शक्ती नव्हती, की ते या मंदिराचे रक्षण करू शकले नाहीत. त्यावेळी मी असतो, तर प्राणांची बाजी लावून मंदिराचे रक्षण केले असते.' त्याचवेळी त्यांना असे वाटले, की जणू काही देवी भगवती त्यांना सांगत आहे, "तू माझे रक्षण करतोस की मी तुझे रक्षण करू?" दुसऱ्या दिवशी स्वामीजी पुन्हा त्या मंदिराचा जीर्णोद्धार करण्याचा विचार करू लागले. हा विचार मनात आल्यावर देवी आपल्याला असे सांगते आहे, 'मला वाटले तर मी या ठिकाणी सात मजली सोन्याचे मंदिर उभारू शकते. माझ्या इच्छेनेच हे जमिनदोस्त झाले आहे." असे वाटले.

त्यामुळे मग स्वामीजींनी मंदिराचा विचार मनातून काढून टाकला. ते शांत चित्ताने श्रीनगरला परतले. स्वामीजी अतिशय आनंदी आणि प्रसन्न चित्त दिसत आहेत, हे पाहून त्यांच्या शिष्यांना अतिशय आनंद झाला. १३ ऑक्टोबर रोजी स्वामीजी काश्मिरहून लाहोरला पोहचले. १८ ऑक्टोबरला ते बेलूडला आले.

स्वामीजी परत आलेले पाहून बेलूडचे शिष्य आनंदाने नाचू लागले. स्वामीजींची प्रकृती लक्षात आल्यावर त्यांचा हा आनंद क्षणभंगूर ठरला. त्याचा चेहरा पिवळा पडला होता आणि उजव्या डोळ्यात रक्त जमा झाले होते. त्यांची ही अवस्था पाहून सर्व जण घाबरले. अनेक डॉक्टरांचा सल्ला घेण्यात आला. डॉक्टरांनाही काळजी वाटू लागली. त्यांनी स्वामीजींना आपल्या शरीराबाबत उदासीन न राहण्याचा सल्ला दिला; पण त्यांचे असे म्हणणे होते, 'मला काय माहीत, मातेच्या इच्छेनुसार सर्व काही होते."

मठात परतल्यावर स्वामीजी उदास राहू लागले. विशेष विनंती करून त्यांना कोलकत्याला आणण्यात आले. तिथे ते बाग बाजारातील बलराम बाबू यांच्या घरी राहू लागले. काही दिवसानंतर त्यांच्या तब्येतीत सुधारणा दिसू लागली. ते भेटायला येणाऱ्याला धार्मिक उपदेश करू लागले आणि अधून मधून बेलूड मठातही जाऊ लागले. ते नवीन सन्यांशांना कर्तव्यबोधही देऊ लागले.

काही दिवसानंतर भगिनी निवेदिताही कोलकत्याला आल्या. स्त्री शिक्षणाचा प्रचार प्रसार करू लागल्या. त्यांच्या प्रयत्नाने बाग बाजारात एक मुलींची शाळा सुरू करण्यात आली. १२ नोव्हेंबर रोजी माता शारदा बेलूड मठात आल्या. तिथे काली मातेची पूजा केल्यानंतर त्याही बाग बाजारात मुलींच्या विद्यालयात आल्या.

९ डिसेंबर १८९८ रोजी स्वमीजी, त्यांचे शिष्य आणि गुरूबंधूंनी गंगास्नान केले आणि भगवी वस्त्रे धारण केली. त्यानंतर नीलांबर बाबूंच्या बागेतील घरी विशेष पूजा करण्यात आली. लक्षात ठेवण्यासारखी बाब म्हणजे श्रीरामकृष्ण यांच्या भस्माचा अर्धा भाग सन्यांशानी इथेच ठेवला होता. पूजा केल्यानंतर भस्माचा कलश खांद्यावर घेऊन स्वामीजी बेलूड मठाकडे निघाले. त्यांच्या मागे शंखा आणि घंटा नाद करीत इतर सन्यांशीही निघाले. त्या दिवशी बेलूडमध्ये महोत्सव साजरा करण्यात आला. लोक श्रीरामकृष्ण यांचा जयजयकार करीत होते. वास्तविक पाहता हे सर्व स्वामीजींच्या सल्ल्यानेच केले जात होते. श्रीरामकृष्ण त्यांना म्हणाले होते, "तू मला आनंदाने जिथे घेऊन जाशील, मग ती झोपडी असो की जंगल, मी तिथे आनंदाने राहीन."

श्रीरामकृष्ण यांच्या अस्थी बेलूड मठात एका वेदीवर स्थापन करण्यात आल्या. या निमित्ताने तिथे भजन कीर्तन, यज्ञ याचे आयोजनही करण्यात आले. स्वामीजी सर्वांना संबेधित करताना म्हणाले, "बंधुनो, या. आपण मन, वाचा, काया आणि कर्म यामुळे लोकांचे कल्याण करण्यासाठी अवतार धारण करणाऱ्या आपल्या देवाला प्रार्थना करू याकी या पवित्र ठिकाणी त्यांनी अनेक वर्षे रहावे. त्यांचा आशीर्वाद आणि सूक्ष्म वावर यामुळे हा मठ आता पूण्य क्षेत्र झाला आहे."

उदबोधनचे प्रकाशन

बेलुड मठाचे कार्य आणि उद्देश स्पष्ट करताना स्वामीजींचे असे म्हणणे होते, की इथे राहून सन्यांशी भजन-कीर्तन आणि ज्ञानविषयक चर्चा करतील. इथून विश्वाच्या कल्याणासाठी कार्य केले जाईल. धर्मावर मनापासून प्रेम करणारे इथे येऊन विश्व कल्याणाची चर्चा करतील. स्वामीजी अनेक दिवसांपासून श्रीरामकृष्ण यांचा उपदेश आणि शिकवण याचा प्रचार करण्यासाठी एक पत्रिका काढण्याचा विचार करीत होते. ही योग्य वेळ असल्याचे समजून त्यांनी या विषयी सर्वांशी सल्लामसलत केली. बंगाली भाषेत एक पाक्षिक पत्रिका काढण्याचा विचार नक्की केला. या पत्रिकेचे नाव 'उदबोधन' ठेवण्यात आले.

स्वामी त्रिगुणातीतानंद यांना उदबोधनचे संचालक करण्यात आले. १४ जानेवारी १८९९ रोजी याचा पहिला अंक प्रकाशित करण्यात आला. या पत्रिकेच्या माध्यमातून सन्यांशांनी श्रीरामकृष्ण परमहंस यांच्या शिकवणुकीचा प्रचार प्रसार करायला सुरूवात केली.

दुसरा परदेश प्रवास

स्वामीजींची प्रकृती सातत्याने ढासळत होती. त्यांचे भक्त त्यांना विश्रांती करण्याचा सल्ला देत होते; पण बेलूड मठात राहून असे करणे शक्य नव्हते. त्यामुळे १९ डिसेंबर १८९८ रोजी स्वामीजी बैद्यनाथला गेले. तिथे ते प्रियनाथ मुखोपाध्याय यांचे पाहुणे होऊन राहिले.

बैद्यनाथमध्ये स्वामीजींना दम्याचा खूप त्रास झाला. रोगाचा प्रकोप इतका वाढला की जणू काही त्यांचा अंत जवळ आला आहे, असे वाटत होते; पण काही दिवसांनी हा प्रकोप थांबला. इथे स्वामीजींना एकांतात ध्यान, चिंतन-मनन करण्याची संधी मिळाली. ते सकाळी आणि संध्याकाळी खूप वेळ फिरत असत तसेच व्यायाम आणि अभ्यास करीत असत.

नवीन केंद्र बेलुड मठ

२ जानेवारी १८९९ रोजी रामकृष्ण मिशनचे कार्यालय श्री नीलांबर बाबू यांच्या घरातून बेलुड येथील नवनिर्मित इमारतीत स्थलांतरीत करण्यात आले. यावेळी स्वामीजी वैद्यनाथलाच होते. त्याच्या दुसऱ्याच दिवशी ते बेलुडला परत आले. मठाचे कार्य योग्य पद्धतीने चालले होते. त्यामुळे त्यांना अपार समाधान मिळाले. तसे डॉक्टर त्यांना अजूनही विश्रांतीचा सल्ला देत होते, पण आपण सुरू केलेल्या कामाचा आवाका पाहता त्यांना विश्रांती घेणे शक्य नव्हते.

बेलुड मठात आल्यावर स्वामीजींनी आपल्या गुरूबंधूंची एक लहानशी सभा घेतली. त्यांना आवाहन केले, की त्यांनी श्रीरामकृष्ण यांच्या सर्वधर्म समभावाच्या तत्त्वाचा प्रसार करावा. त्यांच्या सल्ल्यानुसार स्वामी प्रकाशानंद आणि स्वामी विरजानंद पूर्व बंगालमध्ये जाऊन प्रचार करू लागले. त्यांचे प्रचार केंद्र ढाका होते.

स्वामीजींनी विरजानंद यांना ढाक्याला पाठविले आणि तिथे जाऊन श्रीरामकृष्ण यांच्या उपदेशांचा प्रचार करायला सांगितले तेव्हा आपल्याला काही माहीत नाही, त्यामुळे लोकांना काय सांगणार, असे ते म्हणाले. त्यावर स्वामीजी म्हणाले, "जा, तिथे जाऊन लोकांना असेच सांग की मला काही माहीत नाही. हाच एक महान संदेश आहे."

या कामासाठी आपण सक्षम नसल्याचे स्वामी विरजानंद यांना वाटत होते. ते पुन्हा म्हणाले, "काही दिवस तुमच्यासोबत राहून मला आत्मसाक्षात्कार करायचा आहे. मला आणखी काही दिवस साधना करू द्या. तेव्हाच मी प्रचार कार्य करू शकेन." त्यांचे असे म्हणणे ऐकल्यावर स्वामीजी क्षुब्ध झाले. म्हणाले, "स्वार्थी व्यक्तीप्रमाणे फक्त आपल्याच मुक्तीचा विचार करीत राहिलात, तर नरकात जाल. तुला जर पूर्ण ब्रह्माचा साक्षात्कार करायचा असेल, तर इतरांना मुक्ती मिळविण्यासाठी मदत करा. आत्ममुक्तीची कामना समूळ नष्ट करणे, हीच सर्वश्रेष्ठ साधना आहे."

वास्तविक पाहता लोक कल्याण हेच सन्यांशाचे सर्वोत्तम कर्तव्य असल्याचे स्वामीजी समजत होते. सन्यांशाने फक्त आत्मकल्याणाचा विचार करावा आणि समाजापासून विरक्त होऊन जगावे, असे त्यांना वाटत नव्हते. हाच उद्देश समोर ठेवून त्यांनी रामकृष्ण मिशनची स्थापना केली होती. ते स्वामी विरजानंद यांना पुन्हा म्हणाले, "फळाची अपेक्षा न ठेवता लोक कल्याणाच्या मार्गाने चाला. त्यासाठी मग नरकात जावे लागले तरीही काही नुकसान होत नाही." त्यानंतर थोड्या वेळासाठी ते ध्यानमग्न झाले. मग डोळे उघडून ते म्हणाले, "मी माझी शक्ती तुमच्यात संचारित करतो. काळजी करण्याचे काहीच कारण नाही. परमेश्वर नेहमी तुमच्या सोबत आहे."

त्यानंतर देशाच्या विविध भागात प्रचारासाठी सन्यांसी पाठविण्यात आले. स्वामी तुरियानंद आणि सदानंद यांना गुजरातला पाठविण्यात आले.

स्वामीजींचे राष्ट्रप्रेम

अनेक विद्यार्थी तसेच उच्च शिक्षित लोक स्वामीजींना भेटण्यासाठी बेलूडला येत असत. डॉक्टरानी त्यांना विश्रांती घेण्याचा सल्ला दिला होता, तरीही ते थोडेच असा सल्ला मानणारे होते. ते तरूणांना धर्म, तत्त्वज्ञान, इतिहास इ. विषयांची शिकवण देत असत. तरूणांना देश सेवेची शिकवण देतना कधी कधी ते गंभीर होत

असत. त्यावेळी त्यांच्या डोळयात आसवे येत. ते इंग्रजी शिक्षणाचे दुष्प्रभाव, तरूणांमधील चारित्रिक आणि शारीरिक दुर्बलता पाहून दुःखी होत. अशा प्रसंगी ते म्हणत असत, "माझ्याकडे दोन हजार शूर हृदयाचे विश्वासपात्र, सच्चरित्र, बुद्धिमान युवक आणि तीस कोटी रूपये असतील, तर मी देशाला आत्मनिर्भर करू शकतो."

स्वामीजींच्या जीवनाचे एकच ध्येय होते, लोक कल्याण. ज्याची सुरूवात ते मातृभूमीच्या कल्याणाने करू इच्छित होते. ते प्रत्येक क्षणी हीच काळजी करीत असत. एके दिवशी ते असेच बेलूड मठात सहज फिरत होते. मठातील काही सन्यांशांना पाहून ते थांबले आणि म्हणाले, "ऐका, श्रीरामकृष्ण लोककल्याणासाठी आले होते आणि त्यासाठीच त्यांनी आपले जीवन वाहिले. तुमच्यापैकी प्रत्येकाला याच एका ध्येयासाठी आपल्या प्राणाची बाजी लावावी लागणार आहे. विश्वास ठेवा, आपल्या हृदयातून बाहेर पडणारा रक्ताचा प्रत्येक थेंब भविष्यात थोर कर्मवीरांना जन्म देणारा आहे."

मानवता हाच सर्वात मोठा धर्म आहे, असे स्वामीजी समजत असत. त्यामुळे ते सन्यांशांना माणूस होण्यासाठी शिकवण देत असत. ते नेहमी म्हणत असत, "मला अशा एका धर्माचा प्रसार करायचा आहे, ज्यामधून माणसाची निर्मिती होईल." हे ध्येय लक्षात घेऊन त्यांनी आता मोठ मोठी व्याख्याने देणे सोडून दिले होते आणि आता ते व्यवहारिक शिक्षणावर भर देत होते. एके दिवशी त्यांच्या एका शिष्याने त्यांनी पाश्चात्या देशांत आणि भारतात दिलेल्या व्याख्यानांचे कारण विचारले तेव्हा ते म्हणाले, "या देशात आधी भूमिका तयार करावी लागणार आहे. पाश्चात्य देशात वातावरण अनुकूल आहे. जेवायला मिळत नाही म्हणून दुबळी झालेली शरीरे, दुबळी मनी तसेच रोग, शोक, दुःख, दैन्य याची भूमी असलेल्या भारतात व्याख्यान देऊन काय होणार? त्याच्यासाठी आधी अशा काही व्यक्ती तयार कराव्या लागतील, ज्या आपल्या कुटुंबाची चिंता न करता जनहितासाठी आपले प्राणार्पण करायला तयार होतील. मठाची स्थापना करून काही बालसन्यांशांना मी यासाठी तयार करीत आहे. जे आपले शिक्षण संपल्यानंतर या देशातील घरोघरी जाऊन लोकांनी देशाची हीन-दीन परिस्थिती लक्षात आणून देतील. देशाचा विकास कशा प्रकारे होईल, ते सांगतील. तसेच धर्मातील परम सत्य साध्या भाषेत लोकांना समजावून सांगतील. अशिक्षित, अधर्मी आणि सध्याच्या अधोगतीबद्दल त्यांना समजावून सांगतील, 'बंधुनो, उठा जागे व्हा. अजून किती दिवस झोपून रहाल.' शास्त्रातील महान अर्थ त्यांना सोप्य भाषेत समजावून सांगा. इतके दिवस या देशातील धर्मावर ब्राह्मणाचा एकाधिकार राहिला

आहे. काळाच्या प्रवाहात आता ती वेळ राहिलेली नाही, तेव्हा अशी व्यवस्था करा की सर्व लोक धर्म ग्रहण करू शकतील. सर्वांना समजावून सांगा की ब्राह्मणाप्रमाणे त्यांचाही धर्मावर अधिकार आहे. उच्च-नीच सर्वांना या अग्निमंत्राची दीक्षा द्या. नाहीतर मग तुमच्या शिक्षणाचा धिक्कार आहे. तुमच्यात अनंत शक्ती आहे, ही गोष्ट सर्वांना जाऊन सांगा. ती शक्ती जागृत करा. आपल्या मुक्तीने काय होणार आहे. मुक्तीची इच्छा हीच तर स्वार्थाची परिसीमा आहे. आधी अशा प्रकारची भूमिका तयार करा. नंतर मग माझ्यासारखे हजारे विवेकानंद फक्त भाषणे देण्यासाठी या जगात जन्माला येतील. या विषयी काळजी करू नका. ...”

स्वमी विवेकानंद हे एक प्रखर राष्ट्रवादी सन्याशी होते. त्यांचा राष्ट्रवाद संकुचित बंधनांपासून मुक्त होता. देशातील प्रत्येक व्यक्तीचा आनंद हेच त्यांच्या राष्ट्रीयतेचे प्रमुख ध्येय होते. एके दिवशी ‘हितवादी’ पत्राचे संपादक सखाराम गणेश देऊस्कर आपल्या काही मित्रांसमवेत स्वामीजींना भेटण्यासाठी आले. त्यापैकी एक पंजाबमधील राहणारे होते. स्वामीजींनी त्याला पंजाबमधील स्थिती, तेथील जनजीवन याविषयी विचारले. नंतर मग भारताची दूर्दशा, देशप्रेम या विषयावर गप्पा आल्या. खूप वेळ या विषय़ावर चर्चा होत राहिली. स्वामीजींनी या विषयावर आपली मते विस्ताराने मांडली आणि पाहुणे जायला निघाले तेव्हा देऊस्करांच्या पंजाबी मित्राने विचारले, “स्वामीजी, आम्ही खूप मोठ्या आशेने आपल्याकडे चर्चेसाठी आलो होतो. तुम्ही धर्मावर उपदेश करावा, असे आम्हाला वाटत होते. आमच्या दुर्दैवाने असे काही झाले नाही. सामान्य संसारी विषयांवरच चर्चा झाली. ” हे ऐकताच स्वामीजी गंभीर झाले, त्याच्या चेहऱ्यावर करूणा पसरली. ते म्हणाले, “हे मानावा, माझ्या जन्मभूमीवरील एखादे कुत्रेही उपाशी आहे, तोपर्यंत त्याला जेवण मिळवून देणे हाच माझा धर्म आहे. त्याच्याशिवाय दुसरे काहीही करणे अधर्म आहे. ” स्वामीजी असे म्हणाल्यावर ती व्यक्ती किती प्रभावित झाली असणार, हे वेगळे सांगण्याची आवश्यकता नाही. आपल्या जन्मभूमीतील एका कुत्र्यावरही अशा प्रकारे प्रेम करण्याची भावना स्वामीजीशिवाय दुसऱ्या कोणाची असू शकते? स्वामीजींच्या निधनानंतर देउस्करांनी लिहिले होते, की स्वामीजींच्या याच म्हणण्यावरून वास्तवात देशप्रेम कशाला म्हणतात, ते आम्हाला कळले.

सन्यांशासाठी आदर्श

डिसेंबर १८९८ मध्येच स्वामीर्जीनी पाश्चात्य देशाचा प्रवास करायला जायचे होते. त्यांनी १६ डिसेंबरला जाण्याचा निर्णयही घेतला होता. पण त्यांची एकूण प्रकृती पाहता थंडीच्या दिवसात इंग्लंडला जाणे तब्येतीला मानवणार नाही, असा सल्ला दिला. ग्रीष्म ऋतूत मात्र डॉक्टरांनीही त्यांना जाण्याची परवानगी दिली. त्यामुळे १९ जून १८९९ ही तारीख स्वामीजींच्या परदेश प्रवासासाठी नक्की करण्यात आली. मुलींच्या विद्यालयाच्या कामासाठी भगिनी निवेदिताही त्यांच्यासोबत जाणार होत्या. तसेच स्वामी तुरियानंद यांनाही स्वामीजी सोबत नेणार होते.

पाश्चात्य देशांच्या प्रवासात भाषण देऊ नये, असे स्वामी तुरियानंद यांना वाटत होते, पण स्वामीजींने त्यांचे काही एक ऐकले नाही. त्यावर ते निरूत्तर झाले. त्यांना आपल्या सोबत वेदांतावरील काही पुस्तके न्यायची होती, त्यामुळे स्वामीजींना व्याख्यानासाठी मदत होईल, असे त्यांना वाटत होते. त्यांनी आपला विचार स्वामीजी समोर मांडला तेव्हा ते म्हणाले, "त्यांनी शास्त्र आणि ग्रंथ विपूल पाहिले आहेत. मी त्यांना ब्राह्मण दाखविणार आहे."

१९ जून रोजी प्रवासाला निघण्यापूर्वी त्यांनी बेलुड मठात 'सन्यांशाचे आदर्श' या विषयावर एक व्याख्यान दिले. यामध्ये त्यांनी सन्यांशाच्या खालील कर्तव्यांचा उल्लेख केला आहे,

१. परहिताची कामना करीत सन्यांशाने नेहमी आत्मबलिदानासाठी तयार असायला हवे.
२. सध्या गुहेत बसून देहत्याग करण्याची काही आवश्यकता नाही. आज श्रेयाच्या पथावर वाटचाल करीत मानव मुक्तीसाठी मदत करायला हवी.
३. सन्यांशाने गंभीर ध्यानासोबतच आपल्या मठाच्या जागेवर नांगर चालविण्यासाठीही सज्ज असायला हवे. शास्त्राची मिमांसा करण्याबरोबरच मठाच्या जागेत उत्पन्न झालेले पीक बाजारात नेऊन विकण्यासाठीही सज्ज असायला हवे.
४. मठाचा उद्देश 'माणूस' तयार करणे असल्याचे प्रत्येक सन्यांशाने लक्षात ठेवावे. त्याचे हृदय स्त्रीसारखे कोमल असले तरीही शरीर आणि मन मात्र कणखर हवे. स्वातंत्र्याची इच्छा असली तरीही विनम्रता हवी. दुसऱ्याच्या दुःखात सहभागी व्हावे.

प्रवासात

१९ जून रोजी स्वामीजी बलूड मठातून निघाले. २० जून रोजी सकाळी ते बाग बाजारात माता शारदादेवी यांच्या दर्शनासाठी गेले. मातेचे दर्शन घेतल्यावर दुपारनंतर ते प्रिनसेप घाटावर पोहचले. तिथे त्यांना निरोप देण्यासाठी विशाल जनता जमली होती. सर्वांचा निरोप घेऊन स्वामी तुरियानंद आणि भगिनी निवेदिता यांच्यासह स्वामीजी 'गोळकोंडा' जाहजाने पाश्चात्या देशाच्या प्रवासाला निघाले.

२४ जून रोजी जहाज मद्रास बंदरात पोहचले. कोलकत्त्यातील प्लेगची साथ अजून संपली नव्हती त्यामुळे कोलकत्त्याहून येणाऱ्या कोणाही प्रवाशाला मद्रासमध्ये येऊ दिले जात नव्हते. मद्रास मधील अनेक मान्यवर व्यक्तींनी सरकारकडे आधीच विनंती पत्र पाठविले होते, की स्वामीजींना चेन्नईत उतरण्याची परवानगी द्यावी. पण सरकारने ही विनंती अमान्य केली. त्यामुळे अनेक लोक बंदरावर पोहचले. स्वामीजी डेकवर उभे होते. त्यांनी आपल्या भक्तांकडून नारळ वगैरे भेटी तिथूनच स्वीकारल्या. चेन्नई येथील आलासिंगा पेरूमल स्वामी यांच्यासोबत काही दिवस राहिल्यावर कोलंबोपर्यंत सोबत गेले.

चेन्नईहून निघाल्यावर चौथ्या दिवशी गोळकोंडा कोलंबोला पोहचले. तिथे अलोट गर्दीने त्यांचे स्वागत केले. स्वामीजींनी तिथे एका बौद्ध बालिका विद्यालयाला भेट दिली. २८ जूनच्या सकाळी प्रवास पुन्हा सुरू झाला.

इंग्लंडच्या भूमीवर

२० जूनला कोलकत्त्याहून निघाल्यानंतर स्वामीजी ३१ जुलै रोजी लंडनला पोहचले. टिलवेरी डाकवर त्यांच्या स्वागतासाठी त्यांचे अनेक इंग्रज शिष्य आणि दोन अमेरिकन शिष्याही उपस्थित होत्या. या अमेरिकन शिष्या वर्तमानपत्रात स्वामीजी येणार असल्याची बातमी वाचून इथे आल्या होत्या. सर्व शिष्यांनी स्वामीजींना आदराने विंबल्डनला नेले. तिथे त्यांच्या राहण्याची सर्व व्यवस्था करण्यात आली होती. यावेळी लंडनमध्ये स्वामीजींनी एकही सार्वजनिक व्याख्यान दिले नाही. धर्मासंबंधीची जिज्ञासा घेऊन जे कोणी भेटायला येत असे, त्याचे समाधान मात्र ते नक्की करीत असत.

अमेरिकन भूमीवर दुसऱ्यांदा

अमेरिकेला येण्याविषयी त्यांना वारंवार निमंत्रणे मिळत होती, त्यामुळे १६ ऑगस्ट १८९९ रोजी स्वामी तुरियानंद यांच्यासह स्वामीजी न्यूयार्कला गेले. या सागरी प्रवासात स्वामीजी सकाळी गीतापाठ करून नंतर ते समजावून सांगत. कधी कधी वैदिक ऋचांचेही पाठ होत.

स्वामीजी न्यूयार्कला पोहचल्यावर लिंगेट जोडपे त्यांच्या स्वागतासाठी आधीपासूनच तयार होते. ते त्यांना आपल्या गावी घेऊन गेले. जे न्यूयार्कपासून दोनशे किमी अंतरावर होते. स्वामीजींची प्रकृती आता पहिल्यासारखी राहिली नव्हती. त्यामुळे लिंगेट जोडप्याने त्यांच्या उपचाराची व्यवस्था केली. तसेच त्यांनी प्रचार कार्यात सहभागी होऊ नये, अशी विनंतीही केली.

साधारणपणे एक महिन्यानंतर भगिनी निवेदिताही न्यूयार्कला आल्या. स्वामी अभेदानंदजी आधीपासूनच अमेरिकेत प्रचार कार्य करीत होते. १५ ऑक्टोबर रोजी स्वामीजींनी न्यूयार्कमधील वेंदांत समितीच्या नवीन भवनाचे उदघाटन केले आणि त्यानंतर एका आठवड्याने ते व्याख्यान देऊ लागले.

५ नोव्हेंबर रोजी स्वामीजी लिंगेट यांच्या गावावरून परत न्यूयार्कला आले. प्रचार कार्याला लागले. त्यांच्या भाषणामुळे तेथील शिक्षित समाजही खूप प्रभावित झाला. आपल्या आधीच्या प्रवासातील ओळखीच्या लोकांच्या आग्रहामुळे त्यानी न्यूयार्कच्या लगतच्या भागातही प्रचार केला. याच निमित्ताने कॅलिफोर्नियाला जाताना त्यांना शिकागोमधील आपल्या चाहत्यांच्या विनंतीमुळे पुढील प्रवास रद्द करावा लागला. शिकागोमध्ये त्यांच्या स्वागताची जोरदार तयारी करण्यात आली होती. काही दिवस शिकागोमध्ये राहिल्यानंतर ते डिसेंबरच्या पहिल्या आठवड्यात कॅलिफोर्नियाला पोहचले.

कॅलिफोर्नियामधील लॉस एंजेल्समध्ये स्वामीजी श्रीमती बोल्डगेट यांच्या घरी थांबले. त्यांची शिष्या कु. मॅक लियाडही त्यावेळी तिथेच होती. इथेही स्वामीजींना भेटण्यासाठी अनेक लोक येत असत. ते सकाळी आणि दुपारनंतर धर्मविषयक शंकांचे समाधान करीत असत. ८ डिसेंबर रोजी त्यानी 'ब्लॅन कर्ड बुक' नावाच्या हॉलमध्ये हजारो लोकांसमोर वेदांतावर व्याख्यान दिले. येथील वातावरण त्यांच्या प्रकृतीसाठी अनुकूल होते. त्यामुळे स्वामीजी रोज सकाळी कुठे ना कुठे व्याख्यानासाठी जात असत. संध्याकाळी ते आपल्या शिष्यांना राजयोग शिकवित असत.

स्वामीजीमुळे प्रभावित होऊन लॉस एंजिल्समधील एक संस्था 'होम ऑफ टुथ'

चे सदस्य त्यांना आपल्या संस्थेत घेऊन गेले. स्वामीजींच्या व्याख्यानामुळे प्रभावित होऊन त्यांनी त्याबाबत अनेक वर्तमानपत्रात लेख लिहिले.

फेब्रुवारी १९०० मध्ये ऑकलँड येथील 'युनिटेरियन चर्च'चे प्रमुखाच्या निमंत्रणावरून स्वामीजी व्याख्याने देण्यासाठी चर्चमध्ये गेले. त्यांनी तिथे आठ व्याख्याने दिली. त्यांचे व्याख्यान ऐकण्यासाठी रोज हजारो लोक येत असत. स्थानिक वर्तमानपत्रात त्यांच्या व्याख्यानाची चर्चा होत असे.

स्वामीजींच्या व्याख्यानामुळे प्रभावित होऊन चर्चच्या प्रमुखाने एका धर्मसभेचे आयोजन केले. त्यामध्ये राज्याच्या अनेक चर्चमधील पादरी उपस्थित होते. या सभेतील स्वामीजींच्या भाषणामुळे सर्वजण खूप प्रभावित झाले. या प्रसंगी युनिटेरियन चर्चचे प्रमुख मिल महाशय म्हणाले, "वास्तविक पाहता स्वामीजींची विद्वता अनोखी आहे. त्यांच्या व्यक्तिमत्त्वासमोर आमच्या विद्यापीठातील प्राध्यापकही एखाद्या मुलासारखे वाटतात."

फेब्रुवारीच्या अखेरीत स्वामीजी कॅलिफोर्निया प्रांताची राजधानी सानफ्रान्सिस्को येथे गेले. तिथील नागरिकांनी त्यांची राहण्याची व्यवस्था टाकर स्ट्रिटवरील एका खूप मोठ्या घरात केली होती. त्यामुळे तिथे येणाऱ्याला काहीही गैरसोय होणार नव्हती. काही दिवसानंतर स्वामीजींनी 'गोल्डन गेट हॉल' मध्ये हजारो श्रोत्यांसमोर 'सार्वजनिक धर्माचा आदर्श' या विषयावर सुमारे दोन तास व्याख्यान दिले. या भाषणाचे सर्वांनी मुक्त कंठाने कौतुक केले.

या कालावधीत स्वामीजी सर्वाधिक व्यस्त होते. ते सकाळी विद्यार्थ्यांना योगाची शिकवण देत. त्यानंतर धर्म चर्चा होत असे. तिसऱ्या प्रहारी ते व्याख्यान देत असत. मार्च १९०० मध्ये त्यानी बुद्ध, कृष्ण, खिस्त, मोहम्मद या महापुरूषांवर व्याख्याने दिली. लोकांच्या आग्रहावरून त्यांनी राजयोगावरही व्याख्याने दिली.

एप्रिलमध्ये कॅलिफोर्निया प्रांतातील अनेक शहरा वेदांत समित्या आणि प्रचार केंद्राची स्थापना करण्यात आली. लॉस एंजिल्समध्ये स्वामीजींच्या काही शिष्या वेदांताचे वर्ग चालवित असत. तिथून स्वामीजींना निमंत्रणे आली होती, पण सध्या ते सॅन फ्रान्सिस्कोच्या जवळच्या भागात आपले प्रचार कार्य करीत होते. काही दिवसांपूर्वीच सॅनफ्रान्सिस्कोमध्ये वेदांत समितीची स्थापना करण्यात आली होती. तिचे सभापती डॉ. एम. एच. लोगन होते. या समितीत कोणीतरी भारतीय असायला हवे, असे समितीच्या कार्यकर्त्यांना वाटत होते. तिथे कायम राहणे तर स्वामीजींना शक्य नव्हते. त्यामुळे त्यांनी आपली ही समस्या स्वामीजी समोर मांडली. स्वामीजींनी

तुरियानंद यांना तिथे येण्याविषयी लिहिले. तुरियानंद न्यूयार्क समितीचे कार्य पाहत होते. त्यामुळे त्यावेळी ते तिथे येऊ शकले नाहीत.

डिसेंबरमध्ये कुमारी मिन्नी सी बुक यांनी स्वामीजींच्या प्रचार कार्यासाठी मठ स्थापन करायला म्हणून १६० एकर जमिन दान केली. या जमिनीवर 'शांती आश्रम' स्थापन करण्यात आला.

वसंत ऋतूत स्वामीजी केम्प टेलर नावाच्या गावात विश्रांतीसाठी गेले. साधारणपणे वीस दिवस तिथे राहिल्यानंतर ते परत सानफ्रान्सिस्कोला आले. यावेळी त्यांची प्रकृती पुन्हा ढासळली होती. त्यांचे चाहते असलेले डॉ. विल्यम फास्टर त्यांच्यावर उपचार करीत होते. शिष्यांनी त्यांना व्याख्याने न देण्याची विनंती केली, पण त्यांच्यासाठी हे शक्य नव्हते. मे १९०० मध्ये त्यांनी गितेवर व्ख़्याख्याने दिली. याच महिन्यात त्यांना लंडनवरून लिंगेट यांचे पत्र मिळाले. त्यामध्ये जुलैमध्ये पॅरिसला येण्याची विनंती करण्यात आली होती. त्याच बरोबर पॅरिसमधील धार्मिक सभेच्या स्वागत समितीचेही एक पत्र त्यांना मिळाले. त्यामध्ये त्यांना व्ख़्याख्यान देण्यासाठी निंमंत्रित करण्यात आले होते.

त्यानंतर स्वामीजी न्यूयार्कला आले आणि वेदांत समितीच्या इमारतीत राहू लागले १७ जून १९०० रोजी भगिनी निवेदिता यांनी 'हिंदु स्त्रीच्या जीवनातील आदर्श' या विषयावर व्याख्यान दिले. या प्रसंगी अनेक सभ्य कुटुंबातील महिला उपस्थित होत्या.

३ जुलै रोजी स्वामीजींनी, ''जा वीरानो, कॅलिफोर्नियात आश्रमाची स्थापना करा आणि वेदांताची ध्वजा फडकवा. आजपासून भारताची काळजी करू नका. आदर्श जीवन व्यत्तीत करा.' असे सांगून तुरियानंद यांना कॅलिफोर्नियाला पाठवले. स्वतः डिट्राईटला गेले. एक आठवडा तिथे राहिल्यानंतर ते परत न्यूयार्कला आले. दहा दिवस न्यूयार्कमध्ये राहिल्यानंतर २० जुलै रोजी ते पॅरिससाठी रवाना झाले.

पॅरिसमधील धर्मसभेत

पॅरिसमध्ये स्वामीजी सुरूवातील लिंगेट यांच्या समवेत राहिले. काही दिवसांनंतर ओलीबूल यांच्या निमंत्रणावरून त्यांच्या घरी लानियोनला गेले. तिथे त्यांची ओळख प्रसिद्ध तत्त्ववेते जूल बोआ यांच्याशी झाली. त्यांच्यासोबत स्वामीजी फ्रेंच शिकले.

शिकागो धर्मसंमेलनापासून प्रेरणा घेऊन पॅरिस मधील संमेलनाच्या आयोजकांना असेच धर्म संमेलन आयोजित करायचे होते. आधीपासून त्याची तयारीही सुरू झाली होती. शिकागो संमेलनाक कॅथालिक प्रचारकांना तोंडावर आपटी पडावे लागले होते. त्यामुळे त्यांनी आक्षेप घेतल्यामुळे पॅरिसमध्ये संमेलन होऊ शकले नाही. तरीही एक साधारण धर्मसभा झाली. या सभेत फक्त धर्माचा इतिहास आणि संशोधनच केले जाऊ शकत होते. अध्यात्म किंवा तत्त्वज्ञान यावर चर्चा केली जाणार नव्हती. या सभेसाठी स्वामीजींना रीतसर आमंत्रित करण्यात आले होते. आपल्या भाषणाविषयी त्यांनी थोडक्यात आधीच प्रकाशित केले होते, "वैदिक धर्म - अग्नि, सूर्य यासारख्या प्राकृतिक जड पदार्थांच्या पूजेतून निर्माण झाला आहे. असे पाश्चात्य विचारवंताचे मत आहे."

आपण याच विषयावर व्याख्यान देणार असल्याचे त्यांनी स्पष्ट केले. अस्वास्थ्यामुळे ते आपले भाषण लिखित स्वरूपात तयार करू शकले नाहीत. ठरलेल्या वेळी ते धर्मसभेत गेले. या सभेत जर्मन विद्वान ओपेट यांनी आपला शोधनिंबध सादर केला. त्यामध्ये त्यांनी असे सिद्ध करण्याचा प्रयत्न केला, की भारतात शालिग्राम आणि शिवलिंगाची पूजा क्रमशः उत्पत्तीचे प्रतिक असलेल्या योनी आणि लिंगाची पूजा आहे. या मताचे खंडन करताना स्वामीजी म्हणाले, "शिवलिंगाला मानवी लिंगाशी जोडण्यासंबंधी काही विचारहीन मतप्रवाह प्रचलित आहेत; पण शालिग्रामसंबंधी अशा प्रकारची धारणा मी आजच ऐकत आहे. शिवलिंग पूजेची मूळ उत्पत्ती अथर्ववेदातील यूपस्तम्भ स्रोत आहे. या स्रोतात अनादी अनंत स्तंभाचे किंवा स्कंभाचे वर्णण करण्यात आले असून हा स्कभं हेच ब्रह्म असल्याचे म्हटले आहे. यज्ञातील अग्निशिखा धूम, सोमलता आणि यज्ञ समिधा घेऊन जाणारा वृषभ अदि शिवासोबत परिवर्तीत स्वरूपात मानण्यात आले आहेत. लिंगादी पुराणात याच वार्तालापाच्या प्रसंगात महास्तंभाचा महिमा आणि महादेवाची व्याख्या करण्यात आली आहे. बौद्ध स्तुपाचे दुसरे नाव धातुगर्भ आहे. स्तुपाच्या मध्यभागी शिला कारंडाता शिशुच्या अस्थी ठेवल्या जातात. त्यासोबत सोने वैगेर धातूही ठेवतात. अस्थि भस्म ठेवण्याच्या या शीलेचे प्रतिक शालिग्राम शिला आहे. ही बौद्ध धर्मातील पूजा नंतर वैष्णवांनी स्वीकारली. शालिग्रामसंबंधी यौन व्याख्या मी पूर्वी कधीही ऐकली नाही. शिवलिंगांसबंधी यौन व्याख्या खूप नंतर प्रचलित झाली आहे. तेही बौद्ध धर्माचे पतन झाल्यानंतरच्या काळात. त्या काळातील कठीण बुद्ध तंत्र नेपाळ आणि तिबेटमध्ये विशेष रूपाने प्रचलित आहे."

आपल्या दुसऱ्या भाषणात स्वामीजींनी भारतीय संस्कृती, तत्त्वज्ञान, ज्योतिष यावर ग्रीक प्रभाव असल्याचे खंडन केले. ते म्हणाले की जर निपक्ष होऊन अभ्यास केला, तर भारतातील प्राचीन साहित्यावर ग्रीकांचा जराही प्रभाव नसल्याचे आढळून येईल. या उलट अनेक प्रकारी ग्रीसमधील नागरिकांनीच भारतीय साहित्यापासून प्रेरणा घेतली आहे.

पॅरिस धर्मसभेच्या निमित्ताने स्वामीजींची विविध क्षेत्रातील जगप्रसिद्ध लोकांशी भेट झाली. त्यामध्ये एडिनबारा विद्यापीठाचे प्राध्यापक पोट्रिकगेरिस, अभिनेत्री सारा बनहर्ड, पादरी पेयर आणि स्यन्थ, गायिका मॅडम केलवे, राजकुमारी डेमिडफ, सर जगदिशचंद्र बसु यांची नावे विशेष उल्लेखनीय आहेत.

कॉंस्टिटिनोपालमध्ये

साधारणपणे तीन महिने पॅरिसमध्ये राहिल्यानंतर २४ ऑक्टोबर रोजी त्यांनी व्हियन्नाला प्रयाण केले. तिथे अनेक प्राचीन स्थळांना भेटी दिल्यावर ते हंगारी, सर्व्हिया, रूमानिया, बल्गेरिया असा प्रवास करीत कॉंस्टिटिनोपालला पोहचले. इथे पोहचल्यावर दुसऱ्याच दिवशी ते शहरात फिरायला गेले. पॅरिसमध्ये प्रसिद्ध तोफ निर्माते हिरम मॅक्सिम यांच्याशी त्यांची ओळख झाली होती. स्वामीजी त्यांचे ओळखपत्र सोबत घेऊन आले होते. त्यामुळे इथे अनेक व्यक्तींशी त्यांची ओळख झाली.

कॉंस्टिटिनोपालमध्ये स्वामीजी आणि त्यांचे एक सोबती पादरी लायसन यांना व्याख्यान द्यायचे होते, पण त्यांना त्यासाठी परवानगी मिळाली नाही. तरीही काही उच्च शिक्षित लोकांनी स्वामीजींना आपल्या घरी आमंत्रित केले आणि तिथे त्यांनी प्रश्नोत्तर सभेचे आयोजन केले.

त्यानंतर ते अथेन्सला गेले. अथेन्सवरून स्वामीजी मिश्रला गेले. मिश्रच्या केरोनगरमधील म्युझियममध्ये त्यांनी अनेक महत्त्वाच्या प्राचीन काळातील वस्तू पाहिल्या. मिश्रहून ते भारतात परत येण्याचा विचार करीत होते, तोच त्यांना सेवियर यांच्या निधनाचे दुःखद वृत्त कळले. त्यामुळे मॅडम केळवे, बोआ, मॅक लिऑड यांचा निरोप घेऊन ते भारताकडे निघाले.

स्वामीजीमुळे अनेक पाश्चात्य कलावंत प्रभावित झाले होते. त्यांच्या प्रभावाविषयी युरोपमधील जगप्रसिद्ध गायिका मॅडम केळवे यांनी लिहिले आहे, "मला एका

ब्रह्मज्ञानी व्यक्तीच्या सहवासात राहण्याची संधी मिळाली, ही माझ्यासाठी अतिशय सौभाग्याची आणि आनंदाची बाब आहे. ते एक अतिशय ुदार सज्जन, तत्त्वज्ञ आणि विश्वासू मित्र होते. माझ्या धार्मिक जीवनावर त्यांची अमीट छाप पडली. माझा आत्मा सदैव त्यांचा ऋणी राहीन. हे असामान्य व्यक्तिमत्त्व म्हणजे एक वेदांती सन्यांशी आहे. सर्व सामान्य लोक त्यांना स्वामी विवेकानंद या नावाने ओळखतात. मी स्वामीजींना भेटण्याचा संकल्प केला होता. ठरलेल्या वेळी मी त्यांच्या निवासस्थानी पोहचले. ते माझ्या जीवनातील अनेक गुप्त बाबी, माझ्या अशांतीची कारणे अतिशय सहजपणे सांगू लागले. त्याबाबत खरे तर माझ्या जवळच्या मित्रांनाही माहिती नव्हती. निरोप घेताना ते म्हणाले, 'मागील गोष्टी विसरण्याचा प्रयत्न कर. मन नेहमी आनंदी ठेव. प्रयत्नपूर्वक आरोग्याचे रक्षण कर. मौन राहून आपल्या दुःखाची कारणे हृदयात लपवून ठेवू नकोस. अडवलेला भावनांचा आवेग काढून टाक. तू संगीतात कुशल आहेस, त्यासाठी असे करणे आवश्यक आहे.

"मी त्यांचे शब्द आणि प्रभावशाली व्यक्तिमत्त्वाच्या असामान्य प्रभावामुळे भावनिक झाले आणि परत आले. ज्या समस्या अस्वाभाविक उत्तेजनेमुळे मला व्याकूळ करीत होत्या त्या लुप्त झाल्याचे मला अनुभवायला आले. आता त्याची जागा शांत सौम्य प्रवाहाने घेतली होती. या नवीन भावनेमुळे मी पुलकित झाले होते. हा सर्व त्यांच्यात असीम इच्छाशक्तीचा परिणाम होता. त्यांनी तथाकथीत कोणत्याही संमोहनाचा माझ्यावर प्रयोग केला नव्हता, तर हा त्यांच्या चारित्र्यातील पवित्र शिव संकल्पाचा परिणाम होता."

शेवटचा प्रवास

मिश्रहून भारतात परत येण्याविषयी स्वामीजींनी कोणालाही काहीही सांगितले नाही. कदाचित ते अस्वस्थ असल्यामुळे असेल किंवा सेवियर महोदयाच्या मृत्यूमुळे त्यांना भाषणाच्या भानगडीत पडायचे नव्हते. त्यांनी आपला प्रवास गुप्त ठेवला. मुंबई बंदरात उतरल्यावर ते लगेच कोलकत्याला रवाना झाले.

बेलुड मठात

९ डिसेंबर १९०० च्या रात्री स्वामीजी बेलुड मठात पोहचले. त्यावेळी मठातील सन्यांशी भोजन करायला निघाले होते. त्याच वेळी कोणी व्यक्ती आत येऊ इच्छिते, असे मठाच्या माळ्याने सांगितले. मठाचे मुख्य द्वार बंद होते. माळी चाबी घेऊन दार उघडायला गेला तेव्हा आगंतुक (स्वामीजी) आपल्या गाडीत नसल्याचे त्याला आढळून आले. स्वामीजी भिंतीवरून उडी मारून भोजनालयात पोहचले होते. त्यांनी आपली टोपी थोडी समोर ओढली होती. त्यामुळे कोण आले आहे, ते काही लोकांना कळत नव्हते. हातात दिवा घेऊन स्वामी प्रेमानंद यांनी पाहिले तेव्हा अशा प्रकारे कोणाला काहीही न सांगता स्वामीजी येतील यावर त्याचा विश्वास बसेना. मुलासारखे हासत ते म्हणाले, नाही तर जेवण मिळाले नसते. रात्रभर उपाशी रहावे लागले असते म्हणून भिंत ओलांडून आलो. खूप भूक लागली आहे. खायला द्या.

स्वामीजी आपल्यात परत आलेले पाहून मठातील सन्यांशी आनंदित झाले. त्यांच्यासोबत सर्वांनी खिचडी खाल्ली. खूप उशिरापर्यंत गप्पा मारल्या.

बाह्य पूजेचा प्रश्न

सेवियर यांच्या मृत्यूमुळे स्वामीजींना खूप दुःख झाले होते. त्यांच्या निधनानंतर मायावती आश्रमाच्या व्यवस्थेचा प्रश्नही महत्त्वाचा होता. तसेच श्रीमती सेवियर

यांचे सांत्वन करणेही गरजेचे होते. त्यामुळे २७ डिसेंबर रोजी ते मायावतीला निघाले. ते कोलकत्याहून कुमाउच्या डोगरातून काठगोदामला पोहचले. तोपर्यंत हवामान अतिशय थंड झाले होते. जवळपासच्या डोंगरावर बर्फ पडायला सुरूवात झाली होती. काठगोदामलाही गारा पडल्या होत्या. स्वामीजींना आधीच बरे वाटत नव्हते. यामुळे त्यांना खूप त्रास झाला.

स्वामीजी कसे तरी मायावती आश्रमात पोहचले. त्यांनी आश्रमाच्या कामाची पाहणी केली. त्यांचे अस्वास्थ्य पाहून आश्रमाच्या सर्व कामाची जबाबदारी स्वामी स्वरूपानंद यांनी आपल्यावर घेतली.

स्वामीजींना आश्रमातील एकांत खूप आवडला. त्यांना आपले उर्वरित जीवन याच आश्रमात व्यतीत करायचे होते. एकदा ते आपल्या शिष्यांना म्हणाले होते, "आता राहिलेली सर्व प्रकारची कामे सोडून मी आता उरलेले सर्व जीवन याच आश्रमात घालविणार आहे. पूर्णपणे एकाग्रचित्त आणि स्थित होऊन मी अभ्यास करेन. पुस्तके लिहिन. एखाद्या लहान मुलांसारखा मी सानंद सरोवराच्या काठावर फिरत राहील."

स्वामीजींना स्वतःलाही आपल्या आरोग्याविषयी कळले होते. आता आपण पहिल्यासारखे प्रचार प्रसाराचे कार्य करू शकणार नाही, हे त्यांनी ओळखले होते. एके दिवशी श्रीमती सेवियर यांना ते म्हणाले, "वास्तविक पाहता आता माझे आरोग्य क्षीण झाले आहे, पण मेंदू मात्र पूर्वीसारखेच काम करतो."

मायावती आश्रमातील एका कक्षात सन्यांशानी श्रीरामकृष्ण यांची मूर्ती प्रस्थापित केली होती आणि ते रोज तिची पूजा करीत असत. याच्याशी स्वामीजी सहमत नव्हते. अशा प्रकारची बाह्य पूजा करणारे सन्यांशी पाहून ते रामकृष्ण यांच्या वास्तविक उद्देशापासून भटकले आहेत, असे स्वामीजींना वाटले. त्यामुळे अस्वस्थ वाटत असतानाही एका सांयकाळी ते सर्व सन्यांशांना पुन्हा म्हणाले, की साकाराची (बाह्य) पूजा केली जाऊ नये. बाह्य पूजेला विरोध केला तरीही त्यांनी त्या खोलीतून ती मूर्ती काढून टाकण्याचा आग्रह केला नाही. कदाचित अशा प्रकारची कठोर आज्ञा करून कोणाचे मन दुखविण्याचा त्यांचा विचार नसावा. श्रीमती सेवियर आणि स्वामी स्वरूपानंद यांच्या बोलण्याचा आशय लक्षात घेऊन श्रीरामकृष्ण यांची नियमित पूजा बंद केली. आश्रमातील सर्व सन्यांशी या निर्णयाशी सहमत

झाले, तरीही एकाच्या मनात मात्र शंका होती. तो आपल्या शंकेचे समाधान करण्यासाठी माता शारदा यांच्याकडे गेला. माता शारदेने त्याला सांगितले की श्रीरामकृष्ण अद्वैतवादी होते. त्यांनी नेहमी अद्वैत साधनेचाच प्रचार केला. त्यामुळे त्यांच्या प्रत्येक शिष्यानेही अद्वैतवादी असायला हवे.

महापुरूषांचे वागणे कधी कधी वज्रासारखे कठोर वाटत असते. अर्थात त्यांच्या या कठोरतेमागे त्यांच्या मनातील कोमलतेची भावनाच दडलेली असते. एके दिवशी मायावती आश्रमात दुपारच्या जेवणाला थोडा उशीर झाला. स्वामीजी त्याबद्दल सर्वांना दटावू लागले. ते स्वामी विरजानंद यांना दटावण्यासाठी स्वंयपाकघरात गेले. तिथे जाऊन त्यांनी पाहिले की विरजानंद ओली लाकडे पेटविण्याचा प्रयत्न करीत आहेत. धुरामुळे त्यांचे डोळे लाल झाले आहेत. स्वामीजी तिथून परत आले. काही वेळानंतर त्यांच्या समोर जेवण आणण्यात आले तेव्हा लहान मुलासारखे ते रूसले, 'हे सर्व घेऊन जा इथून. मी काहीही खाणार नाही." शिष्यांना त्यांचा स्वभाव माहीत होता. त्यामुळे त्यांच्यासमोर जेवण ठेवून ते वाट पाहू लागले. काही वेळानंतर स्वामीजी रूसलेल्या मुलासारखा चेहरा करून जेवण करू लागले.

रानडे यांची टीका

काँग्रेसचे १९०० सालचे अधिवेशन लाहोर येथे पार पडले. या अधिवेशनाच्या अध्यक्षपदावरून बोलताना न्यायमूर्ती गोविंद महादेव रानडे यांनी सन्यांसासाठी ब्रह्मचर्य आवश्यक असल्याच्या मुद्यावर टीका केली होती. ते असे म्हणाले होते, की वैदिक काळात जातियता नव्हती, अनेक विवाहित ऋषीच समाजाचे नेते होते. ते काही सन्यांशी नव्हते. त्यांचे असेही म्हणणे होते, की त्या काळात स्त्री पुरूष सर्व स्वतंत्र होते आणि कठोर संयम यासारखी कोणती भावना नव्हती. मानवी जीवनातील सुखांचा पूर्णपणे उपभोग घेत असत. शिख धर्माचे सर्व गुरू विवाहित असल्याचे श्री रानडे यांचे म्हणणे होते.

श्री रानडे यांच्या तर्कांचा विरोध करण्यासाठी मायावती आश्रमातून स्वामीजींनी 'श्री रानडे यांच्या भाषणाची समीक्षा' या नावाचा लेख लिहिला. यामध्ये त्यांनी स्पष्ट केले होते, की विवाहित आणि ब्रह्मचारी धर्माचार्य हे वेदाइतकेच प्राचीन आहेत. या लेखात त्यांनी रानडे यांच्या मताचे खंडन केले आणि सन्यांसाचे महत्त्व प्रतिपादन केले.

ढाक्यामध्ये

मायावती आश्रमातील थंडीमुळे स्वामीजी बहुतेक करून एका खोलीत बंदच असत. त्यामुळे २४ जानेवारी १९०१ रोजी ते बेलुडला परत आले. मठाचे कार्य योग्य पद्धतीने चालले होते. स्वामीजाली ढाक्याहून अनेक पत्रे आली होती. त्यात त्यांना ढाक्याला येण्याची विनंती करण्यात आली होती. त्यांच्या आईला बंगाल आणि असाममधील तीर्थांचा प्रवास करायचा होता. त्यामुळे १८ मार्च १९०१ रोजी ते आपली आई आणि इतर काही महिलांना सोबत घेऊन ते ढाक्यासाठी निघाले. नारायणगंजला पोहचल्यावर त्यांच्या स्वागतासाठी स्थापन केलेल्या समितीमधील अनेक सन्मान्य व्यक्ती उपस्थित होत्या. स्वामीजींना पाहताच गर्दीने 'श्रीरामकृष्णांचा जय' अशा घोषणा द्यायला सुरूवात केली.तिथून भव्य शोभायात्रेसोबत त्यांना जमिनदार गोपीमोहन दास यांच्या हवेलीवर नेण्यात आले.

ढाक्याहून २५ मार्च रोजी स्वामीजी ब्रह्मपुत्रेत स्नान करायला गेले. ढाक्यात अनेक लोक त्यांच्या दर्शनासाठी येत असत. तसेच ते धर्म, तत्त्वज्ञान या विषयावर चर्चा होत असे. ३० मार्च रोजी जगन्नाथ कॉलेजमध्ये एका विशाल सभेसमोर त्यांनी 'मी काय शिकलो' या विषयावर एक तास व्याख्यान दिले. याच्या दुसऱ्या दिवशी त्यांनी पोगज स्कूल मध्ये 'माझा जन्मजात धर्म' या विषयावर दोन तास व़्याख्यान दिले. आपल्या या दोन्ही भाषणांत त्यांनी ब्रह्मो समाजाच्या धोरणावर टीका केली. ब्रह्मोसमाजाच्या मूर्तीपूजेविरोधी धोरणावर टीका करताना ते म्हणाले, 'मूर्तीपूजेमध्ये अनेक प्रकारचे कुविचार आले असले तरीही मी त्याची निंदा करीत नाही. ... तुम्ही निराकाराची उपासना करायला योग्य असाल, तर तसे करा, पण इतराना का शिव्या देता? ब्रह्मोसमाजींना एक वेगळा संप्रदाय निर्माण करायचा आहे. हे एक चांगले काम असून परमेश्वराने त्यांच्यावर आशीर्वादाचा वर्षाव करावा. पण तुम्ही स्वतःला वेगळे का करू इच्छिता? स्वतःला हिंदु म्हणण्याची लाज का वाटते? याच्याशिवाय इतर काही प्राचीन संप्रदाय आहेत, जे असे म्हणतात की आम्हाला तुमच्या लंब्या चौड्या बाता कळत नाहीत. त्या जाणून घेण्याची इच्छा नाही. आम्हाला परमेश्वर हवा आहे. आत्मा हवा आहे. जे असे म्हणतात की शिव, राम यांची उपासना केल्यावर मुक्ती मिळते. मी त्या प्राचीन संप्रदायाचा आहे. "

ढाक्यामध्ये एक दिवशी एक नटलेली वेश्या स्वामीजींना भेटायला आली. तिची आई तिच्यासोबत होती. वेश्यने स्वामीजीकडे जावे की नाही, हे बाहेरच्या लोकांना

कळत नव्हते. या विषयी कळल्यावर स्वामीजींनी तिला आत बोलावले. स्वामीजींना प्रणाम करून त्या दोघी उभ्या राहिल्या. स्वामीजींनी त्यांना अतिशय प्रेमाने बसायला सांगितले. वेश्येला दम्याचा त्रास होता. तिच्या मातेने तिला या विकारापासून मुक्तता मिळवून देण्याची विनंती केली. तेव्हा ते म्हणाले, 'माते मला स्वतःला दम्याचा विकार आहे. मी माझा आजार बरा करू शकत नाही. मला शक्य असते तर तुमचा आजार बरा केला असता." स्वामीजींना प्रणाम करून दोघी निघून गेल्या.

स्वामीजी सर्व जाती धर्माच्या लोकांकडून अन्न सेवन करीत असत. ढाक्यातील कट्टर हिंदूंचा याला विरोध करीत असत. या विषयी एके दिवशी स्वामीजी म्हणाले, 'मी एक फकीर, सन्यांशी आहे. मग मला जाती धर्माशी काय देणं घेण आहे? शास्त्र असे म्हणते की सन्यांशी भिक्षेवर जगतो. इतकेच नाही तर त्याला परधर्मियाकडे भिक्षा मागणेही वर्ज्य नाही.'

ढाक्यात एके दिवशी प्रख्यात गृहस्थ संत नाग महोदय यांच्या जन्मस्थळी देवभोगला स्वामीजी गेले. नाग महोदय यांचे डिसेंबर १८९९मध्ये निधन झाले. स्वामीजींनी त्यांना देवभोगला येण्याचे वचन दिले होते; पण ते जिवंत असताना ते येऊ शकले नाहीत. नागा महोदयाच्या पत्नीने स्वामीजीसाठी जेवण केले आणि वस्त्र भेट दिले. जेवण केल्यानंतर त्या कपड्याची पगडी बांधून स्वामीजी ढाक्याला परत आले.

कामाख्याचा प्रवास

ढाक्याला असतानाच स्वामीजी अस्वस्थ झाले होते. त्यांचा आजार वाढतच चालला होता. तरीही ते कामाख्या पीठाच्या प्रवासाला गेले. अस्वास्थ्यामुळे त्यांना गोआळपाडा आणि गोहाटी इथे काही दिवस थांबावे लागले. गोहाटीत त्यांनी व्याख्यानेही दिली. त्यानंतर ते कामाख्या आणि चंद्रनाथ याच्या दर्शनाला गेले. तिथून परत गोहाटीला आल्यावर स्वामीजीची प्रकृती खूप बिघडली. सर्वांच्या सल्ल्यानुसार ते पुन्हा वातावरण बदलण्यासाठी गोहातीवरून शिलाँगला गेले.

असामचे चीफ कमिशनर सह हेनरी काटन स्वामीजीचे खूप चांगले प्रशांसक होते. त्यांच्या विशेष विनंतीनुसार स्वामीजींनी युरोपियन समुदायासमोर सिलाँगमध्ये एक व्याख्यान दिले. सर काटन यांनी यासाठी स्वामीजींना धन्यवाद दिले.त्यानंतर एके दिवशी ते स्वतः स्वामीजींना भेटण्यासाठी आले. बोलता बोलता त्यांनी विचारले,

'स्वामीजी, युरोप, अमेरिका फिरल्यानंतर तुम्ही या जंगलात काय पहायला आलात?"

स्वामीजी जोरात हसले आणि म्हणाले, "जिथे तुमच्यासारखे ऋषी राहतात, ते तीर्थस्थान आहे. मी तीर्थाच्या दर्शनासाठी आलो आहे."

सर हेनरी काटन यांच्या सांगण्यानुसार शिलाँगच्या सिव्हिल सर्जनने स्वामीजीवर उपचार केले. ते नियमितपणे स्वामीजींना पाहण्यासाठी येत असत; पण त्यांच्या उपचाराने काही फरक पडला नाही.

ब्रह्मलीन

शिलांगमध्येही स्वामीजींच्या तब्येतीत काही सुधारणा झाली नाही. उलट त्यांची प्रकृती सारखी ढासळू लागली. एके दिवशी रात्री दम्याचा प्रकोप इतका तीव्र होता, की त्यांच्या शिष्यांना त्यांचा अंत्य काळ जवळ आल्यासारखे वाटले. थोड्या वेळानंतर परिस्थिती थोडी सुधारली.

शिलाँगमधून स्वामीजी बेलुड मठात परत आले. तिथे आल्यानंतर त्यांना काही दिवसांनी बहुमूत्रता आणि सूज येण्याचाही त्रास होऊ लागला. सर्वांनी त्यांना पूर्ण विश्रांती घेण्याचा सल्ला दिला. आयुर्वेदिक उपचाराची व्यवस्था करण्यात आली. गंभीर स्वरूपात आजारी झाल्यावरही स्वामीजी आपल्या शिष्यांशी हास्य विनोद करीत असत.

स्वामीजीची प्रकृती बिघडल्याचे कळल्यावर अनेक लोक त्यांना भेटायला येऊ लागले. त्यामध्ये कॉलेजमधील विध्यार्थ्यांची संख्या अधिक होती. आपले अस्वास्थ विसरून स्वामीजी त्यांच्यासमोर व्याख्यान देत असत. अशा वेळी त्यांचे शिष्य त्यांना विश्रांती घेण्यासाठी सांगत तेव्हा ते म्हणत, 'हे सारे नियम बियम एका बाजूला ठेवा. यांच्यापैकी एक जण जरी आदर्श जीवन व्यतीत करण्यासाठी तयार झाला तरी माझे श्रम सफल होतील. दुसऱ्यांचे कल्याण करताना देहत्याग करावा लागला तरी चालतो. मी जडासारखा मौन राहू शकत नाही."

सप्टेंबर महिन्यात स्वामीजींच्या प्रकृतीत थोडी सुधारणा झाल्यासारखे वाटू लागले. ते सकाळ संध्याकाळी फिरायला जाऊ लागले. लहान मोठ्या कामालाही हात लाऊ लागले. यामुळे त्यांचे शिष्य, सहकारी आणि अनुयायी आनंदी झाले.

१९०१ मध्ये बेलुड मठात दुर्गापूजेचे विशेष आयोजन करण्यात आले. स्वामीजींच्या सांगण्यावरून ब्रह्मानंद आणि इतरांनी त्याची सर्व व्यवस्था केली. पूर्ण तांत्रिक विधीने पूजा करण्यात आली. फक्त त्यात बळी देण्यात आला नाही. त्याच्याऐवजी साखर आणि मिठाई अर्पण करण्यात आली.

लहानपणी स्वामीजी खूप आजारी पडले होते, तेव्हा त्यांच्या आईने कालीघाटावर एक नवस केला होता, की तो बरा झाल्यावर तिथे विशेष पूजा घातली जाईल. नंतर आईला याचा विसर पडला. यावेळी आपला मुलगा गंभीररित्या आजारी पडल्यावर आईला आपला नवस आठवला. त्यामुळे दुर्गापूजा संपल्यावर ती मुलाला घेऊन कालीघाटावर गेली. तिथे हवन पूजा केली.

तब्येतीत झालेली सुधारणा तात्पुरती ठरली. ऑक्टोबर महिन्यात त्यांची प्रकृती अधिक ढासळली. कोलकत्त्यातील एक प्रसिद्ध डॉक्टर साण्डर्स त्यावर उपचार करीत होते. त्यांना पूर्ण विश्रांतीचा सल्ला देण्यात आला. मठातील सन्यांशी त्यांनी अतिशय दाक्ष राहून भाषण वगैरे देऊ देत नसत की जास्त बोलू देत नसत.

डिसेंबर १९०१ मध्ये कोलकत्यात कॉंग्रेसचे अधिवेशन झाले. या निमित्ताने अनेक राष्ट्रीय नेते त्यांना भेटण्यासाठी आले. ते भेटल्यावर कोलकत्त्यात एक वेद विद्यालय सुरू करण्यासाठी त्यांनी सहकार्य करावे, अशी विनंती केली. सर्व नेत्यांनी या कामी यथाशक्ती मदत करण्याचे अश्वासन दिले; पण स्वामीजींच्या अकाली निधनामुळे हे काम पूर्ण होऊ शकले नाही.

या महिन्यात जपानमधील काही विद्वान स्वामीजींना भेटण्यासाठी आले. शिकगोप्रमाणे जपानमध्ये धर्म संमेलन आयोजित करण्याचा त्यांचा विचार होता. त्यासाठी स्वामीजींना आमंत्रित करायचे होते. (विशेष गोष्ट म्हणजे स्वामी रामतीर्थ या संमेलनात सहभागी होण्यासाठी गेले होते. पण ऐनवेळी संमेलन झाले नाही.) जपानी विद्वान डॉ. ओकाकुरायांच्यासोबत जानेवारी १९०२ मध्ये स्वामीजींनी बुद्धगयाचा प्रवास केला.

बुद्धगयाहून ते वाराणशीला गेले. मग रामकृष्ण यांच्या जन्मदिवशी ते बेलुडला परत आले. मठात परतल्यावर ते आंथरूणाला खिळले. त्यामुळे या उत्सवासाठी आलेले लोक त्यांचे दर्शनही करू शकले नाहीत.

स्वामीजीची प्रकृती सातत्याने ढासळत होती. औषध घेणे आणि पथ्य यामुळे ते विरक्त झाले होते. जून १९०२ मध्ये त्यांना सर्व कामाचा कंटाळा येऊ लागला. २७ जून रोजी त्यांनी स्वामी शुद्धानंद यांना पंचांग मागितले. ते खूप वेळ पंचांग पहात राहिले. ते असे का करीत आहेत, ते कोणालाही कळले नाही.

१ जुलै रोजी स्वामीजी मठाच्या मोठ्या प्रांगणात फिरत होते. अचानक एका ठिकाणाकडे इशारा करीत ते म्हणाले, "निधन झाल्यावर माझे अंतिम संस्कार याच ठिकाणी करावेत." कोणीही काहीही बोलू शकले नाही. सर्व जण परत आले.

दुसऱ्या दिवशी बुधवार आणि एकादशी होती. स्वामीजींना उपवास होता. सकाळी त्यांनी स्वतः इतरांना जेवण वाढले. त्यानंतर हात धुताना सर्वांच्या हातावर पाणी घातले. तसेच टॉवेलने स्वतः पुसले.

४ जुलै १९०२ रोजी सकाळी ते ब्रह्म मुहुर्तावर उठले आणि इतर सन्यांशासोंबत गप्पा मारू लागले. खरं तर यावेळी ते सर्व मिळून ध्यान करीत असत. तेव्हा प्रसिद्ध तांत्रिक ईशानचंद्र भट्टाचार्य तिथे आले. स्वामीजींनी त्यांच्याशी दुसऱ्या दिवशी काली पूजा करण्याविषयी चर्चा केली. काही सन्यांशाना पूजेची व्यवस्था करण्याची आज्ञा देऊन चहा पान केल्यावर ते स्वतःला पूजेच्या खोलीत बंद करून बसले. त्यांनी सर्व खिडक्या बंद केल्या. तीन तासानंतर ते बाहेर पडले आणि फिरू लागले.

अस्वास्थ्यामुळे ते या काळात सर्वांसोबत बसून भोजन करीत नसत; पण त्या दिवशी त्यांनी सर्वांसोबत भोजन केले. ते आनंदी दिसत होते. आज आपल्याला खूप बरे वाटत आहे, असे ते स्वतःला म्हणत होते. जेवणानंतर त्यांनी विद्यार्थ्यांना तीन तास लघु कौमुदी शिकवित राहिले.

दुपारनंतर ते मठाच्या बाहेर फिरायला निघाले. तिथून परतल्यावर ते व्हरांड्यात बसून गप्पा मारू लागले. नंतर संध्याकाळची आरती झाल्यावर ते आपल्या खोलीत गेले आणि आपल्या सहकारी ब्रह्मचाऱ्यांना म्हणाले, 'खोलीच्या सर्व खिडक्या उघड्या.' खिडक्या उघडल्यावर ते गंगाकिनाऱ्याकडे पाहु लागले. त्यानंतर त्यांनी त्या ब्रह्मचाऱ्याला बाहेर जाऊन जप करायला सांगितले. स्वतःही हातात माळा घेऊन पद्मासन घालनू जप करू लागले.

एक तास जप केल्यावर ते झोपले. त्यांनी बाहेर बसलेल्या ब्रह्मचाऱ्याला आत बोलावून पंखा हलवायला सांगितले. काही वेळानंतर स्वामीजीच्या तोंडून काही अस्पष्ट शब्द त्याने ऐकले. त्याबरोबर त्यांनी दोन दीर्घ श्वास घेतले आणि नंतर त्यांचे डोके एकीकडे कंलडले. ब्रह्मचाऱ्याला काहीच समजले नाही. तो धावत बाहेर आला. त्याने इतरांना याबाबत सांगितले. सर्व जण धावत पळत आत आले. युगपुरूष स्वामी विवेकानंद ब्रह्मलीन झाल्याचे त्यांना आढळून आले.

www.ingramcontent.com/pod-product-compliance
Lightning Source LLC
LaVergne TN
LVHW092358220825
819400LV00031B/429